# സ്നേഹ സങ്കീർത്തനം

## ക്രിസ്തീയ ഭക്തിഗാനങ്ങൾ

Published by wordU, India

info@wordu.in
www.wordu.in

SNEHASANGEERTHANAM

A wordU Book/ published by arrangement with the author



ISBN: 978-93-49383-66-1

Typeset and Cover Design by Cogitabund LLP

# ഉള്ളടക്കം

# സ്നേഹ സങ്കീർത്തനം

## മാർട്ടിൻ ജോർജ്

word

# ആമുഖം

കുഞ്ഞുനാൾ മുതൽ ഞാൻ കാണുന്ന ഒരു ഡയറിയുണ്ട്. എവിടെ പോയാലും അദ്ദേഹമത് കയ്യിൽ കരുതും. വായിക്കാൻ പഠിച്ചപ്പോഴാണ് അതിൽ എന്താണെന്ന് മനസ്സിലായത്. കവിതകളാണ്. എന്തിനാണ് ഈ ഡയറി എപ്പോഴും കയ്യിൽ കരുതുന്നതെന്ന് ഒരിക്കൽ ഞാൻ ചോദിച്ചു. എപ്പോഴാണ് മനസ്സിൽ വരികൾ വരുന്നതെന്ന് പറയാൻ പറ്റില്ല. അതുകൊണ്ട് എപ്പോഴും ഇതിനെ കൂടെ കൂട്ടും എന്നായിരുന്നു മറുപടി. കാലം കഴിയുംതോറും ആ വരികളുടെ ആയുസ്സുകുറഞ്ഞുവന്നു. പലതും നഷ്ടപ്പെട്ടു. ഡിജിറ്റൽ സംവിധാനങ്ങൾ ഒന്നുംതന്നെയില്ലാതിരുന്ന കാലത്ത് ഒരു മനുഷ്യൻ അദ്ദേഹത്തിന്റെ ഡയറിയിൽ കുറിച്ചുവെച്ച കുറച്ചു കവിതകളാണ് ഈ പുസ്തകത്തിന്റെ ഉള്ളടക്കം.കീറിയ പേജുകൾപോലും അദ്ദേഹം സൂക്ഷിച്ചുവെച്ചത് അവ എന്നെങ്കിലും ആരെങ്കിലുമൊക്കെ വായിക്കും എന്നുള്ള പ്രതീക്ഷയിലാവാം. ആ ഡയറികളിൽ ഒന്നിൽ കുറിച്ച ക്രിസ്തീയ ഭക്തിഗാനങ്ങൾ തന്നെ ആദ്യം പ്രസിദ്ധീകരിക്കാമെന്ന് കരുതി. ഇത് അദ്ദേഹത്തിന്റെ സ്വപ്നമായിരുന്നോ എന്നതിനെപ്പറ്റി എനിക്ക് ധാരണയില്ല. എങ്കിലും ഇതെന്റെ കടമയാണെന്ന് തോന്നി. മരണശേഷമായാലും അദ്ദേഹത്തിന് ലഭിക്കേണ്ട ആദരവാണെന്ന് തോന്നി.

എന്ന്
ജീന, മകൾ
ജിതിൻ, മകൻ
റോസ്‌ലിൻ, ഭാര്യ

# ആകാശവാസികളേ

ആകാശവാസികളേ  മാലാഖമാരേ
ദൈവിക സന്ദേശ വാഹകരേ
ജീവനിലിരുൾതിങ്ങി തേങ്ങിടുമ്പോൾ
സാന്ത്വന  ദൂതുമായ് വരൂ, തരൂ
സ്വർഗീയ ശാന്തി ദാനമായ്

വചനം മാംസമായ സുവാർത്ത
മന്നിതിലേകിയ മാനവരേ
ജഗദീശ പാദം നമിച്ചുവാഴും
സൗഭാഗ്യതാരങ്ങളേ നിങ്ങൾ
അദൃശ്യസ്നേഹം നല്കമരൂപിണികൾ
(ആകാശവാസികളേ )

ഭൂമിയിൽ കാവലായി സമോദം
മണ്ണിതു പൂകിയ പാവനരേ
പരമാത്മനാമം ജപിച്ചുമേവും
സൗന്ദര്യധാമങ്ങളേ-നിങ്ങൾ
അശാന്തിനീക്കും മഞ്ജുളഭാഷിണികൾ
(ആകാശവാസികളേ )

# ഗ്ലോറിയ

ഗ്ലോറിയ സ്തുതിഗീതം പാടി
ആട്ടിടയർ പോകുന്നു
കേട്ടുണരും മാനവർക്ക്
മനസ്സിൽ  ശാന്തിയുമായ്

അരമനയുള്ളിലെ  മെത്തയിലല്ല
ആശ്രമ കന്യതൻ  മടിയിലുമല്ല
കാലിത്തൊഴുത്തിലെ പാഴ്ക്കറ്റ മേലെ
പാരിൻ്റെ നാഥൻ പിറന്നുവീണു

ദിവ്യനാമാപൈതൽ പുഞ്ചിരിതൂകി
ഭൂലോകമാകവേ ശാന്തി പരന്നു
മാലാഖാമാരാർന്നു പൊൻശ്രുതിമീട്ടി
സ്വർഗീയഗാനം പാടിവന്നു

## മിശിഹാ

ആകാശജാലകങ്ങൾ ആരാധിക്കും
സ്വർഗാധിസ്വർഗ്ഗത്തിൻ അധിപതിയെ
ആരാധ്യനാമമങ്ങേയ്ക്കർപ്പിച്ചിടാൻ
ഹൃദയമിതാ എൻ്റെ ഹൃദയമിതാ

നിർമലമല്ലിത് ശൂന്യമാല്ലാ
അർച്ചനയ്ക്കൽപവും യോഗ്യമല്ലാ
നുറുങ്ങിയ മാനസർക്കാശ്വാസദായകൻ
നീ മാത്രമെന്ന്ഞാനറിഞ്ഞുനാഥാ
പ്രത്യാശയോടിതാ നിൻ സവിധേ
ഹൃദയം കാണിക്ക വച്ചിടുന്നു

കാരുണ്യമല്ലേനീ സ്നേഹമല്ലേ
എൻ സ്തുതിക്കെത്രയും യോഗ്യനും നീ
അനുതപിച്ചീടുവോർക്കാമോദമേകുവാൻ
നീയേകനെന്നു ഞാനറിഞ്ഞു നാഥാ
ആത്മാർത്ഥമായിതാ നിൻ സവിധേ
ഹൃദയം കാണിക്ക വെച്ചിടുന്നു

# സ്തുതി

അധരം കൊണ്ടങ്ങേ സ്തുതിച്ചീടാൻ

ഹൃദയം കൊണ്ടങ്ങേ സ്വീകരിക്കാൻ

നവശിശുവിൻ മൃദുമനസ്സുമായ്

അണയുന്നു നാഥാ ബലിവേദിയിൽ

അതിരില്ലാ സ്നേഹത്തിൻ ഉടയവനേ

അളവില്ലാ മഹിമകൾ നിറഞ്ഞവനേ

ഈയൾത്താരയിൽ കൊച്ചു സക്റാരിയിൽ

വിനയാന്വിതനായ് നീ വസിപ്പൂ

മർത്യനു ജീവൻ്റെ സത്തയേകാൻ

നിത്യ ജീവൻ നൽകും ഭോജ്യമാകാൻ

പരിശുദ്ധ കാരുണ്യതിരുവോസ്തിയെ

കറയില്ലാ കരളുമായ് വണങ്ങിടുമ്പോൾ

എന്നൾത്താരിലെ പുഷ്പഫലാദികൾ

കനിവാരനിന്നു നീ സ്വീകരിക്കു

അന്തരാത്മാവിനു ശക്തിയേകി

എൻ്റെ നാഥാ നൽക്കു മോക്ഷ ഭാഗ്യം

# നല്ല അമരക്കാരൻ

ശാശ്വതമാം രക്ഷതൻ കരതേടിടുന്നോരെ
കാണുകനിൻ താതനിതാ കാത്തിരിക്കുന്നു
സന്മനസ്സാർന്നാവഴികൾ പിന്തുടരൂ നീ
കൊണ്ടുവിടും നിന്നെയവൻ ശാശ്വതതീരെ

തുഴയില്ലാ തോണിയിതു പായില്ലാതോണി
മുങ്ങില്ല മറിയില്ലീ പൊന്നുതോണി
നേർവഴിയേ സഞ്ചരിച്ചു ലക്‌ഷ്യം ചേരും
യേശുവാണീ പൂന്തോണിക്കമരക്കാരൻ

കാട്ടിലും കൊടുങ്കാറ്റിലുമാണെന്നുവരികിലും
വിശ്വാസം നിന്നുള്ളിൽ പൂർണ്ണമെങ്കിൽ
നിൻകുരിശും തോളിലേറ്റി പിന്തുടരൂ നീ
സ്വർഗ്ഗരാജ്യം ചേർന്നീടുമീയമരക്കാരൻ

# കാൽവരിയാത്ര

നാഥാ നായകാ ജറുസലേമിലെ ഗായകാ
യാത്രയാണോ സ്നേഹഗായകാ
ഗാഗുൽത്താ മലമേലെ ജീവൻ
പാപികൾക്കായ് യാഗമേകാൻ
യാത്രയാണോ

നരഗണം ചെയ്തപരാധം
മുൾമുടിയായ് ശിരസ്സിലേറ്റി
അപരാധപരിഹാരം
മരക്കുരിശായ് തോളിലേറ്റി
യാത്രയാണോ

ചുട്ടുനിണം കൊണ്ടേശ്ശുദേവാ
ഈയെനിക്കായ് മാപ്പെഴുതാൻ
സുരദേവാ തവദേഹം
നരനെനിക്കായ് ബലിയേകാൻ
യാത്രയാണോ

## ഏശുവേ തുണയ്ക്കു നീ

കർത്താവാം ജീവന്റെ  വൃക്ഷം
നൽഫലം കായ്ക്കുന്ന വൃക്ഷം
ഏകിടും തൻ കനിയും
തൻ തണലതുമാശ്രിതനായ്
കറയറ്റ സ്നേഹമാമീ വൃക്ഷം

കർത്താവേ നീയെന്റെ രക്ഷ
നിത്യവും കാക്കുന്ന സത്യം
ഏകിടാൻ എൻ മനവും
എൻ തനമതുമേശുവിനായ്
അതിരറ്റ മോദമെന്നുള്ളിൽ

നാഥാ നിൻ ശീതളഛായയിൽ
മനതാപമാകെ മാറിടും
നിൻ കരതാരിലെൻ
ജീവിതം സുരക്ഷിതം - ഞാനണയാം
ഏശുവേ തുണയ്ക്കു നീ

നാഥാ നിൻ പാവന ഭാഷ്യമെൻ

മനമാകെ മാറ്റിടും

നിൻ വരത്താലിന്നെൻ

മാനസം സുഖകരം - ആയിരിക്കാൻ

ഏശുവേ തുണയ്ക്കു നീ

## പത്തു കല്പനകൾ

തുമ്പപ്പൂമിഴി പൂട്ടിയുറങ്ങൂ
പാടാം ഞാനൊരു താരാട്ട്
കല്പനചേർന്നൊരു താരാട്ടിതുനീ
കേട്ടുമയങ്ങുകയെൻമകനെ

കല്പനയെന്തെന്നറിവീലമ്മേ
ചൊല്ലുകനീയെന്നറിവിന്നായ്
കല്പനപത്തുണ്ടറിയുകനീ
ചൊല്ലാം ഞാനവയോരോന്നായ്

ഒന്നാം കല്പനയെതമ്മെ
നിന്നുടെ കർത്താവൊന്നെന്നെ
അല്ലാതില്ലൊരു ദൈവവുമേ

രണ്ടാം കല്പനയെതമ്മെ
ദൈവത്തിൻ തിരുനാമമതേ
കുഞ്ഞേ പാഴായ് പറയരുതേ

മൂന്നാം കല്പനയെതമ്മെ
കർത്താവിൻ ദിനം പാവനമായ്
ആചരിച്ചീടണം എന്നെന്നും

നാലാം കല്പനയെതമ്മെ
ആദരവായ് മാനിയ്ക്കാനിൻ
തായ്താതാക്കളെ നിത്യവും നീ

അഞ്ചാം കല്പനയെതമ്മെ
തിന്നുകിൽ പാപവും തീരുമെന്നാൽ
കൊല്ലരുതേ നീ മറുജീവൻ

ആറാം കല്പനയെതമ്മെ
അഭിസാരികയെ വേൽക്കരുതേ
വ്യഭിചാരം നീ ചെയ്യരുതേ

ഏഴാം കല്പനയെതമ്മെ
മോടിയിലൽപം കുറയുകിലും
മോഷ്ടിക്കരുതേ മൃത്യുവരെ

എട്ടാം കല്പനയെതമ്മെ
നിജമായുള്ളതു ചൊല്ലുകനീ
കളവാം സാക്ഷ്യം പറയരുതേ

ഒൻപതാം കല്പനയെതമ്മെ
മോഹിനിയാണവളെങ്കിലുമേ

മോഹമതരുതേ പരസ്ത്രീയിൽ
പത്താം കല്പനയെതമ്മെ
അപരൻ തന്നുടെ വസ്തുവതിൽ
ആശയതരുതേ കേൾക്കുകനീ

സർവോപരിയായ് സ്നേഹിക്കേണം

നിന്റെ പിതാവാം ദൈവത്തെ

നിന്നെപ്പോലയൽക്കാരനെയും നീ

സ്നേഹിച്ചിടണം നൽമനസ്സാൽ

കുഞ്ഞേ ഓർക്കുക ചുടലവരെ

മഹിമ തുളുമ്പും കല്പനകൾ

# സർവവ്യാപി

പാരിതിൽ വാഴവാൻ നീയെനിക്കേകിയ
ഓരോ നിമിഷവും ധന്യമഹോ
മാത്രകളിൽ ദിന വർഷങ്ങളിൽ എനി-
ക്കെന്തു ഭവിക്കുമെന്നോതുന്നു നീ

ഈ ജന്മമേകിയൊരെൻ നല്ല ദൈവമേ
സർവം നിന്നിഷ്ടംപോൽ വന്നിടട്ടെ

ഭ്രുവിൽ പിറക്കുന്ന നേരമെൻ ജീവിതം
ആകെ ഗണിച്ചു ഹരിച്ചവൻ നീ
മൊത്തമായെന്നുടെ ജീവിത ഗ്രന്ഥത്തിൽ
ലാഭ നഷ്ടങ്ങൾ കുറിച്ചവൻ നീ

എല്ലാമറിയുമെൻ ദൈവമേ നിന്നെ ഞാൻ
നിത്യം സ്തുതിച്ചു വണങ്ങിടുന്നു

അല്ലിയിൽ  വല്ലിയിൽ താമരത്തണ്ടിലും
വായുവിൽ തീയിലും കാണുന്നു ഞാൻ
എങ്ങും നിറയുന്ന ശാശ്വത സത്യമേ
നീയറിയാതെനിക്കില്ല പ്രാണൻ

എല്ലാമറിയുമെൻ ദൈവമേ നിന്നെ ഞാൻ
നിത്യം സ്തുതിച്ചു വണങ്ങിടുന്നു

## സക്രാരി തന്നിൽ

സക്രാരിതന്നിൽ വാഴും ശക്തി
പൂജാ വേദി നിറയും ശക്തി
നീയെന്നുള്ളിൽ തീർപ്പൂ ഭക്തി
പാപം പോക്കി തരുമീ മുക്തി

താതൻ തൻ രക്തവും മാംസമതും
ആത്മാവിൻ കാസയിൽ ഏറിടുമ്പോൾ
ആത്മശരീരങ്ങൾ ശുദ്ധമാക്കി
ആമോദമോടെ ഞാനേറ്റുവാങ്ങും

സർവേശ ദാനമി പുണ്യഭോജ്യം
ദിവ്യകാരുണ്യമായ് സ്വീകരിക്കാം
നിത്യജീവൻ നൽകും മന്നയിതെ
നിത്യം ബുജിപ്പവൻ ഭാഗ്യവാന്മാർ

# ആരാധ്യൻ

മരിക്കില്ല നാഥാ ലോകാന്ത്യമോളം
മറക്കില്ല നാഥാ നിന്നാത്മ ത്യാഗം
അരുണാഭ പോലെ തെളിഞ്ഞെന്നും
അണയാതെന്നുള്ളിൽ ജീവന്ത്യമോളം

മനുഷ്യന് മോചനം നൽകിട്ടുവാനായ്
തൻസ്വാന്ത ജീവൻ ഹോമിച്ചവൻ നീ
അല്ലാതീ മണ്ണിൽ ആരാണ് ദേവൻ
സ്നേഹസമ്പൂർണ്ണൻ ത്യാഗസമ്പൂർണ്ണൻ

മനസ്സിന്റെ പൊയ്കയിൽ വിരിയുന്ന പൂവിൽ
നിറയ്ക്കുന്നു ദൈവം സ്നേഹാമൃതെന്നും
അന്യർക്കുനൽകാൻ അനുസൃതമെന്നിൽ
ചൊരിയുന്നു നാഥൻ ആരാധ്യനീശൻ

# വചസ്സ്

പാഴ്മരുഭൂമിയായ് മാറിയൊരെൻമനം
സ്നേഹമാം കുളിർമഴ കൊണ്ട് നനച്ച
പ്രത്യാശാപുഷ്പങ്ങൾ നിറയെ പൂക്കുന്ന
മോഹന  വാടിയായ് തീർത്തു നീ

നിൻ വചസ്സാവും മൃദുമണിതെന്നലാലെൻ
ഗതകാല ദുഃഖങ്ങൾ മാഞ്ഞുപോയ്
എങ്കിലും നിന്നുടെ പാവനാത്മാവിനായ്
വേഴാമ്പൽ പോലിന്നും തേങ്ങിടുന്നു

നീ അണയും മഹിതമാം മാത്രയിലെൻ
ചിരകാല മോഹങ്ങൾ പൂത്തിടും
ജീവനായ എന്നുള്ളിൽ നീ ചിരം വാണിടാന്
സക്രാരിയായ്സ്വയം മാറിടാം ഞാൻ

# നിത്യജീവൻ

നിത്യജീവന്റെ അപ്പം ഭുജിപ്പാൻ
ദൈവം ക്ഷണിച്ചവർ നമ്മൾ
പവിത്രമാമീ മഹാവിരുന്നിൽ
പങ്കാളിയാവാതെ മടങ്ങിടുമ്പോൾ
നീറുന്നു ദൈവ ഹൃദയം
നിറയുന്നു ദൈവ നയനങ്ങൾ

നശ്വര ജീവിതം സമ്പന്നമാക്കാൻ
പാട്ടുപെടുന്നിഹ മനുഷ്യൻ
വിയർത്തു നേടും സമ്പൃഷ്ടഭോജനം
അനശ്വരമാക്കില്ല പ്രാണനെ
സൗജന്യമായി ദൈവം നൽകുമീ ഭോജനം
ഏകിടും ശാശ്വത ജീവിതം

ഹേ മനുഷ്യാ ഇത് നിർജീവമാം രക്ത
മാംസങ്ങളല്ലറിയു
സ്വർഗ്ഗവാസിയാം ദൈവകുഞ്ഞാടിൻ
ജീവൽ  തുടിപ്പുള്ള മാംസം
രുതിരം ഉതിരുന്ന മാംസം

## മേരി മനോജ്ഞേ

മേരി മനോജ്ഞേ സമ്പൂർണേ സുകന്യേ
കാരുണ്യ വാനമേ സ്നേഹപ്രഭേ നീ
പുണ്യക്കല ചൂടി നിൽക്കും മഹിതേ
കൊന്തവരമാലയേന്തും  മഹിതേ

കാന്തിപ്രതീകം നീ ശാന്തിസ്വരൂപം
ആത്മാവിലറിവിന്റെ ആഴം നീ തന്നെ
ത്യാഗപ്രതീപം നീ പൂർണ്ണപ്രകാശം
നിൻ നോക്കു പാരിന്നു ദേവപ്രസാദം

ധന്യേ തിരുസൂന ഭൂവിൽ സംപൂജ്യൻ
നിൻ കാന്തൻഔസേപ്പിതാവധിവന്ദ്യൻ
നിൻ കുടുംബത്തിലെ മൂവരും പൂജ്യർ
പാരിൽ മഹത്വമതെന്തിതിൽ ശ്രേഷ്ഠം

എങ്ങും നിറഞ്ഞു സുഗന്ധം പരത്തും
നിർമല പുഷ്പമേ നിന്നെ നമിച്ചു
കരയുന്ന മക്കൾക്കു സാന്ത്വനമേകും
ശാശ്വത കേന്ദ്രമേ കൈതൊഴുന്നങ്ങേ

## ഹൃദയാർച്ചന

ദിവ്യമാം ബലിവേദിയിൽ
കാഴ്ചവയ്പ്പിന് ശുഭനിമിഷം
അർച്ചനാ ദ്രവ്യമാം എൻ ഹൃദയം
കൈകളിലേന്തി നീങ്ങുമ്പോൾ
കരങ്ങളെന്നോട് മന്ത്രിപ്പൂ
ഭാരമേറുന്നു ആകെ കുഴയുന്നു

ഒരു മാത്ര ഞാനൊന്ന് നിന്നപ്പോൾ
മനസ്സിൻ യവനികയുയർന്നപ്പോൾ
ഭാരഹേതു പാപങ്ങളാണെന്നു ഞാൻ കണ്ടു
മിഴികൾ അനുതാപനീരണിഞ്ഞു എന്റെ
ഹൃദയം വിറയാർന്ന വീണുടഞ്ഞു

മിഴിനീരും നീറുന്ന ദേഹിയും
ഉരുകിയുടഞ്ഞൊരു ഹൃദയവും
ദൈവമേ ഞാനിന്നങ്ങേ മുന്നിൽ കാഴ്ചവയ്പ്പൂ
ഇനിയും ഒരു പാപം ചെയ്കയില്ല
സദയം ഈ കാഴ്ച സ്വീകരിക്കൂ

# ദിവ്യകാരുണ്യം

വിശ്വം മുഴുവൻ സക്രാരിതന്നിൽ
നിത്യം വാഴും ദിവ്യകാരുണ്യമേ
ദൈവകുഞ്ഞാടിൻ ദിവ്യശരീരമേ
നിത്യാരാധനാ പാത്രമേ
ആരാധന
എത്രയും ലാളിത്യമേറുമീയപ്പത്തിൻ
നിത്യമാം ജീവന്റെ സത്തുനിറച്ച്
തൃക്കരവല്ലിയിൽവച്ചെന്നും തമ്പുരാൻ
മർത്യന്ന് ഭോജ്യമായ് നൽകിടുന്നു
ആരാധന
മുട്ടുകൾ കുത്തിയും കയ്യിണകൂപ്പിയും
ഭക്തിയോടങ്ങയെ വാഴ്ത്തിടുന്നു
ഉള്ളിന്റെ ഉള്ളറ നാഥാ നിറയ്ക്കണേ
നവ്യമാം നൽവര ദാനങ്ങളാൽ
ആരാധന

# ഓശാന

മിഴികൾ തുറക്കുവിൻ
കൈകൾ കൂപ്പുവിൻ
നമ്മുടെ ദൈവത്തെ വാഴ്ത്തി
അധരം  തുറന്നു പാടുവിൻ

പരിശുദ്ധൻ പരിശുദ്ധൻ
പരിശുദ്ധൻ പരിശുദ്ധൻ

അത്യുന്നതങ്ങളിൽ വാഴും ദൈവം
അതിശക്തൻ നിത്യം പരിശുദ്ധൻ

സീയോൻ പുത്രികളെ ഒലിവിൻ ചില്ലകൾ നീട്ടു
വാനവ ദൂതരെ വീണാ തന്ത്രികൾ മീട്ടു
രാജാധിരാജൻ യേശുമഹേശനെ
ഓശാന പാടി സ്തുതിക്കു

ഓശാന ഓശാന ഓശാന
കർത്താവിൻ നാമത്തിൽ
ആഗതനാകുവോൻ അതിധന്യൻ
ഓശാന ഓശാന  പരിശുദ്ധനായവനോശാന

# ആത്മരാഗം

യേശുവേ എൻ ദൈവമേ
ആത്മ രാഗമേ എൻ ജീവതാളമേ
പ്രവാസിയെന്നിൽ പ്രത്യാശയേകുന്ന
പ്രഫുല്ലതാരമേ
ജീവിതവേദിയിൽ എന്നെ നയിക്കേണമേ

വൈദികൻ പങ്കിടും ഈ ദൈവിക ഭോജനം
ആത്മാവിൻ രക്ഷയ്ക്ക തുണയാകേണം
നിത്യവിനാശത്തിൽ ആണ്ടുപോകാതെ
സ്വർഗീയ സന്നിധെ വന്നു ചേർന്നീടാൻ
സത്യമാം വിശ്വാസം  എരിഞ്ഞു നില്ക്കാൻ
ശക്തി നീ പകരേണമേ യേശുവേ

കാൽവാരിക്കുന്നിൽ  ഈശോതൻ രക്തമാംസങ്ങൾ
മാനവ രാശിക്കായ് ബലിയർപ്പിച്ച
സക്രാരിതന്നിലെ തിരുവോസ്തിയിൽ
മർത്യന്ന്ശാശ്വത രക്ഷയേകിടാൻ
അപ്പത്തിൻ രൂപത്തിൽ വസിച്ചീടുന്നു
ജീവന്റെ ഉറവായവൻ

യേശുവേ

## ഹൃദയരാഗം

ആരോരും അറിയാതെൻ നാഥാ
എന്റെ അകതാരിൽ പൂവിട്ടു പൂജിപ്പൂ
ആരോരും കേൾക്കാതെൻ ഹൃദയതന്ത്രികൾ
ശ്രുതിമീട്ടി നിൻ പുകഴ് പാടും

മാലാഖമാരും മന്ദസമീരനും
രാപകൽ നാഥനെ വാഴ്ത്തുമ്പോൾ - അങ്ങേ
ദിവ്യാവദാനങ്ങൾ വാഴ്ത്തുമ്പോൾ
ആ നവ്യഗീതകങ്ങൾക്കൊപ്പമീ എളിയോന്റെ
ഹൃദയരാഗവും കൈക്കൊള്ളണെ നീ
കൈക്കൊള്ളണെ

പൂങ്കാവനങ്ങൾ പുഷ്പലതാതികൾ
മോഹന മാല്യങ്ങൾ കോർക്കുമ്പോൾ എന്നും
ആ പാദപദ്മത്തിൽ ചാർത്തുമ്പോൾ
സൗരഭ്യവാഹിനികൾക്കൊപ്പമി പഥികന്റെ
ഹൃദയഹാരവും കൈക്കൊള്ളണെ

# മന്നാ

ഇത്ര ലളിതമാം അപ്പത്തിലായ്
നിത്യമാം ജീവന്റെ സത്തു നിറച്ചു
മർത്ത്യന്ന് നിത്യ വിമുക്തിയേകും
ഉത്തമ ഭോജ്യമായ് നൽകി ദൈവം

എത്ര ചെറുതാവാം അത്ര ചെറുതായി
ദൈവമീയപ്പത്തിൽ വാണിടുന്നു
ശുദ്ധതയോടെന്നും ഈയപ്പം ഭക്ഷിക്കിൽ
ആത്മാവിനാശം ഭവിക്കയില്ല അവർ
ശാശ്വത ജീവിതം കൈവരിക്കും

ഇത്ര മഹത്തരം ഇത്ര പവിത്രമാം
മറ്റൊരു ഭോജനം മണ്ണിലുണ്ടോ
ദിർഹം മുടക്കാതെ ദേഹം അനക്കാതെ
നേടുവാനാകുന്ന മന്നയിത്
ദാനമായ് നൽകുന്ന ദിവ്യ ഭോജ്യം

## സ്നേഹം

അചഞ്ചല സ്നേഹത്തിൻ
അക്ഷയ മുദ്രയാം
കാൽവരിക്കുന്നിലെ മരക്കുരിശേ
ആരാധനാ

വിലയാർന്ന രക്തം സ്നേഹമൂല്യം
തേളിവായൊഴുക്കിയ മിശിഹായെ
ആരാധനാ വിശ്വേശ്വര
നിത്യാരാധനാ പാത്രമേ

സൂര്യോദയം മുതൽ അസ്തമയംവരെ
ഭൂവാസികൾ അങ്ങേ സ്തുതിച്ചീടുന്നു
ആശ്രയിച്ചീടുവോർക്കഭയമേകിടും
പ്രശാന്തനിലയമേ മിശിഹായെ
ആരാധന

സ്വർഗീയനെ തവ നിത്യതയാം കൃപ
ഈ ഭൂവിലെങ്ങും ഒഴുക്കിടണെ
ആത്മാന്ധകാരത്തിൽ അലയുവോർക്കെന്നും
പ്രകാശവലയം നീ അരുളണേ

## ജീവാത്മാവ്

പരിപാവനമാം ദൈവാത്മാവേ
അവനിയിലെ നിത്യ ചൈതന്യമേ
ഈശോനാഥനിൽ കന്യാമേരിയിൽ
പരിലസിച്ചിട്ടും ജീവാത്മാവേ
ആരാധന ആരാധന വിശ്വവ്യാപിയെ ആരാധന

താവക സംപൂജ്യ നാമം പുകഴ്ത്തുന്നു
കാരുണ്യ പൂമഴ വാർഷിക്കുന്നെ
വേഴാമ്പൽ ദാഹനീർ തേടുന്ന പോലെന്നും
ആ വരമാരിക്കായ് കേണിടുന്നു
നൽവരമേകണേ നീ കൃപതുകണെ
അന്യോന്യം സ്നേഹത്തിലായിരിക്കാൻ
ആരാധനാ ആരാധന വിശ്വവ്യാപിയെ ആരാധന

മാനസ സക്രാരി വാതിൽ തുറന്നിട്ട്
ആനന്ദ രൂപിയെ കാത്തിരിപ്പൂ
നീയാണഞ്ഞീടുന്ന ധന്യമുഹൂർത്തത്തെ
ഹർഷാഭരങ്ങളാൽ സ്വീകരിക്കാൻ
വേഗം വരേണമേ ആത്മ പ്രകാശമേ
ജീവൻ സമൃദ്ധമായേകിടണെ

# കാഴ്ച ദ്രവ്യം

ഇനിയും പൂക്കുമോ മുൾച്ചെടിയെ
ഇനിയും പൂക്കുമോ മുൾച്ചെടിയെ എൻ
ഹൃദയ നാഥന് കാഴ്ചവയ്ക്കാൻ
ഇനിയും തരുമോ പുതുപൂവുകൾ
പകരം നൽകാൻ ഇല്ലെനിക്കൊന്നുമേ
മിഴിനീർത്തുള്ളികൾ മാത്രം

ശ്രേഷ്ഠമാമൊന്നേശുവിനേകാൻ
അവനിയിലെങ്ങും ഞാനലഞ്ഞു
കണ്ടില്ലൊന്നും കിട്ടിയില്ലൊന്നും
ഈ മലരേക്കാൾ അതിശ്രേഷ്ഠം
പാപിയെന്നുടെ ഹൃദയം പോലും

ആത്മനാഥ യേശുമഹേശാ
അടിയനണയ്ക്കും കാഴ്ചദ്രവ്യം
കണ്ണീരേകി നേടിയതാണേ
സ്വീകരിക്കേണേ അതിമോദം
മഗ്ദലേനായുടെ കദനം പോലെ

# ജീവന്റെ പാത

ദൈവം എനിക്കെന്നും ആരാധ്യൻ
ദൈവം എനിക്കെന്നും സ്വീകാര്യൻ
എൻ നാവു കീർത്തനം പാടുന്നു
ശിരസ്സു നമിക്കുന്നു തിരുമുന്നിൽ
ആരാധന ആരാധന
സംപൂജിതാ പരമോന്നത

സർവ്വാധികാരിയും സർവ്വാധിപതിയും
രാജാധിരാജനും നീ മാത്രമേ
തിരുനാമം വാഴ്ത്താൻ നാവുയരുമ്പോൾ
അലമാലയായതു മാറുന്നു
അതിരുകളില്ലാത്തൊഴുകുന്നു
ഓശാന ഓശാന ഓശാന

ജീവന്റെ പാതയിൽ നേരിന്റെ വെളിച്ചം
ഏകിടും ദീപവും നീയേശുവെ
ഒരു നാളമാവാൻ ഞാനണയുമ്പോൾ
പരകോടിയായതു തെളിയുന്നു

# അർച്ചന

മാനസ്സ പൂന്താലം നിറയെ സ്നേഹത്തിൻ
മഞ്ജുമനോഹര പുഷ്പങ്ങളും
ത്യാഗമാം മുന്തിരിവല്ലിതൻ തത്ഫലം
കോർത്തുകൊരുത്തൊരു ഹാരവുമായ്
നിന്മുന്നിലർച്ചനയ്ക്കായ് വരുന്നു
ആമോദമോടെനീ സ്വീകരിക്കു

കൈകളിലേന്തിയ ദീപവും ധൂപവും
കയ്യേൽക്കുവാൻ മനസ്സായിടണെ
നൈർമല്യമേറുമീ സൗഗന്ധികങ്ങളും
കൈവല്യരൂപാ നീ കയ്യേൽക്കണേ
കനിവാൽ നിൻ സന്നിധി ചേർത്തിടണേ

മുട്ടുകൾകുത്തിയെൻ കയ്യിണകൂപ്പിഞാൻ
പൂർണമായർപ്പണം ചെയ്തിടുന്നു
നിർമലമല്ലായെന്നാത്മശരീരങ്ങൾ
എങ്കിലുമർപ്പിപ്പൂ നിൻ പദത്തിൽ
ദീനദയാലു നീ സ്വീകരിക്കു

# ഇതാ ഞാൻ, നിന്റെ കുഞ്ഞാട്

നല്ലൊരിടയാനിൻ കൂട്ടംവിട്ടലഞ്ഞൊരു
കുഞ്ഞാടിതാ നിന്റെ ചാരെ നിൽപ്പൂ
ഈറൻ മിഴികളും തെങ്ങും മനസ്സുമായ്
നിൻ പദം പൂകുമീ പാപിയെ സ്വീകരിക്കൂ

ഇഹലോക സൗഖ്യങ്ങളെല്ലാം ത്യജിക്കാം
പരലോക സൗഖ്യം നീ തന്നിടുമോ
നരഗാഗ്നിയിൽ വെന്തു ചാമ്പലായ് തീരാതെ
സുരലോക സന്നിധി ചേർത്തിടുമോ

കല്ലിലും മുള്ളിലും പാഴ്ചെളിനീരിലും
വീണടൽ വിണ്ടകം നീറിടുമ്പോൾ
കാരുണ്യഹസ്തങ്ങൾ നീട്ടിത്തന്നെന്നെനീ
കരയേറ്റി നൽവഴി ചേർത്തിടുമോ

# കാൽവരി മലർ

അലറും അലയാഴി ശാന്തമാക്കിയ ദേവ
അലപോലലറും എൻ മനവാരിധി
ശാന്തമാക്കുകനീ ശാന്തമാക്കുകനീ

കാൽവരി മാമല മേലെ കൊഴിയാൻ
ജറുസലേമിൽ വിടർന്ന മലരേ
നിന്നകതാരിലെ തേനതു ശാന്തി
പൂമ്പൊടിയാണതു നിൻ ദയവും

പാരിനു ശാശ്വത രക്ഷയതേകാൻ
പാതിരാവിൽ തെളിഞ്ഞ താരകമേ
നിൻ പ്രഭയാലെ ശോഭിതമാക്കി
ഈഴയാമെന്നഴൽ നീക്കിടുക

## ആകാശപ്പൂക്കളെ

ആകാശപ്പൂക്കളെ
ധനുമാസ തിങ്കളേ
വാഴ്ത്തുക പാവന നാമം
ഏശുമഹേശ്വര നാമം

ബദ്‌ലഹേമിലെ പുൽക്കൂടിലിൽ
പിറന്നു വീണൊരു പുണ്യശിശു
പാരിൻ രക്ഷകനായ ഭവാൻ
ജന്മമെടുത്തതു നരനായി

കാഹളമൂതുക വാനവരെ
നർത്തനമാടുക മാനവരെ
സകലചരാചര രക്ഷകനാം
ഈശന് മംഗളമോതുക നാം

# വരവേൽപ്പ്

ധനുമാസരാത്രിതൻ ശാന്തതയിൽ
കുഞ്ഞാട്ടുമേയുന്ന താഴ്വരയിൽ
കാലിയുറങ്ങുമാ പുൽക്കുടിലിൽ
സർവ്വേശ പുത്രനാമേശു പിറന്നു

കന്മഷമില്ലാത്ത കന്യകതൻ
കണ്ണിലുണ്ണിയാമാ പുണ്യശിശു
സത്യവും ജീവനും മാർഗ്ഗവുമായ്
മർത്ത്യനു ജീവൽ പ്രകാശമേകി

വന്നാലും വന്നാലും ദിവ്യനാഥാ
ഞങ്ങൾതൻ മാനസം പൂകിയാലും
ഹൃത്തടം പാവനമെത്തയാക്കി
നിൻ വരവേൽപ്പിനു കാത്തിരിപ്പൂ

# വിണ്ണിലെ രാജധാനിയിൽ

വിണ്ണിലെ രാജധാനിയിൽ
മരതക സിംഹാസനം - അതിൽ
സൂര്യകാന്തപ്രഭയോടെ - വാഴും
പ്രപഞ്ചനാഥനായ്
പാടുക നാം സ്തുതിഗീതികൾ

ഹല്ലേലൂയാ ഹല്ലേലൂയാ (3)
പരമോന്നതാ
ആദിയിൽ തൻ വചസ്സാലവൻ
ചമച്ച നീലാകാശവുമീ
സമസ്ത ജീവിചരാചരവും
സ്തുതിച്ചു പാടുക തിരുനാമം

പരിശുദ്ധൻ പരിശുദ്ധൻ
പരിശുദ്ധൻ പരമോന്നതൻ
കാഹളം കിന്നര വീണയാൽ
വിശുദ്ധ തന്ത്രി നാദങ്ങളാൽ
സ്തുതിച്ചു വാഴ്ത്തുക വാനവരും
മഹത്വമോതുകിന്നുടയോനായ്

പരിശുദ്ധൻ പരിശുദ്ധൻ

പരിശുദ്ധൻ പരമോന്നതൻ

## എത്ര നീ ഉന്നതനാവുകിലും

എത്രനീ ഉന്നതനാവുകിലും
അത്രയും എളിമ നിറഞ്ഞിടണം
എളിമയിൽ നിന്നു വളർന്നിടുന്നു
സർവ്വ വിജ്ഞാനവും മഹിമകളും

ദൈവത്തിൻ സൂനുവാം യേശുനാഥൻ
ശിഷ്യർതൻ പാദങ്ങൾ കഴുകിയന്ന്
ദിവ്യമാം വിനയത്തിൻ മാർഗ്ഗദീപം
മാനവർക്കായി തെളിച്ചുതന്നു

ആ ശോഭയിൽ നമുക്കൊന്നായിടം
എന്നെന്നുമാപാത പിന്തുടരാം

സ്നേഹത്തിൻ പൂർണത കാൽവരിയിൽ
ലോകത്തിൻ പാപങ്ങൾ കഴുകിയന്ന്
യേശുവേ ത്യാഗത്തിൻ ദീപനാളം
മാനവർക്കായി പകർന്നു തന്നു

ആ ശോഭയിൽ നമുക്കൊന്നായിടം
അന്യോന്യമാ സ്നേഹം  പങ്കുവയ്ക്കാം

# മനുഷ്യൻ നിദ്രവിട്ടുണരും മുമ്പേ

മനുഷ്യൻ നിദ്രവിട്ടുണരും മുമ്പേ
വനപൂങ്കുരുവികളുണരുന്നു
കൊക്കുവിടർത്തി ശബ്ദമുയർത്തി
സൃഷ്ടിപിതാവിനെ വാഴ്ത്തിടുന്നു

അളന്നറപ്പുരയിൽ കൂട്ടാനല്ല
അനുദിനഭോജനം ലഭിച്ചിടുവാൻ
ഈശ്വരനോടവർ യാചിക്കുന്നു
ദൈവമോ നന്മകൾ ചൊരിയുന്നു

തരുനിര മറവിൽ ചേക്കേറുമ്പോൾ
അതുവരെ ആപത്തിൽ തുണച്ചതിനായ്
സാനന്ദമീശനെ കീർത്തിക്കുന്നു
നാഥനു നന്ദിയും മൊഴിയുന്നു

## കാന്തിതാരം മിന്നിനിന്നു വാനിൽ

കാന്തിതാരം മിന്നിനിന്നു വാനിൽ
ശാന്തിതാരം പുഞ്ചിരിച്ച മണ്ണിൽ
ദേവദൂതർ ശാന്തിഗീതം
പാടിയാ നാഥനെ വാഴ്ത്തിടുന്നു

ഈ ജഗത്തിൻ പാപം നീക്കാൻ ഉൽഭവിച്ച നാഥൻ
ഭൂതലത്തിൽ സന്മാനസർക്കെന്നുമേകം ശാന്തി
കേൾക്കനാം വാനവർത്തൻ ഗീതം
പാടിടുവിൻ സ്തുതി പാടിടുവിൻ
ഹല്ലേലൂയാ ഹല്ലേലൂയാ
നാഥന് മണ്ണിലും വിണ്ണിലുമെന്നും

കുന്തിരിക്കം പൊന്നും മീറും കാഴ്ചവച്ച രാജർ
ഈ മനസ്സിൽ നൈർമല്യ പൂമെത്ത തീർത്തുഞാൻ
നൽകിടാം എൻ്റെ സർവ്വം ദേവാ
നീയണയൂ തുണ നീയരുളൂ
ശാന്തി ശാന്തി ശാന്തി ശാന്തി
പാപിക്കും രോഗിക്കും ആശ്രയമേ നീ

## മാളോരേ മാളോരേ കേൾക്കുനൽസന്ദേശം

മാളോരേ മാളോരേ കേൾക്കുനൽസന്ദേശം
ആനന്ദമേറിടും സത്യവാർത്ത
ബദ്‌ലഹേം നാട്ടിലെ കാലിത്തൊഴുത്തിലായ്
ലോകൈക രക്ഷകൻ ജാതനായേ

തപ്പും തകിലുമായ് ആടുവിൻ പാടുവിൻ
പുണ്യശിശുവിനെ വാഴ്ത്തീടുവിൻ

പാവനാത്രുപിതൻ ആത്മസുതൻ ലോക
പാപങ്ങൾ പോക്കുവാൻ പ്രാപ്തനിവൻ
കന്യക മെരിതൻ ആരോമലായ് ഭവാൻ
മർത്ത്യരൂപേ മണ്ണിൽ ജാതനായെ

തപ്പും തകിലുമായ് ആടുവിൻ പാടുവിൻ
പുണ്യശിശുവിനെ വാഴ്ത്തീടുവിൻ

ചട്ടന്റെ കാലുകൾ സൗഖ്യമാക്കീടുവാൻ
മൂകബധിരരെ സൗഖ്യമാക്കീടുവാൻ
അദ്ധ്വാനിപ്പോർക്കെന്നും അത്താണിയാകുവാൻ
ലോകരക്ഷയ്ക്കായ് ജീവനേകാൻ

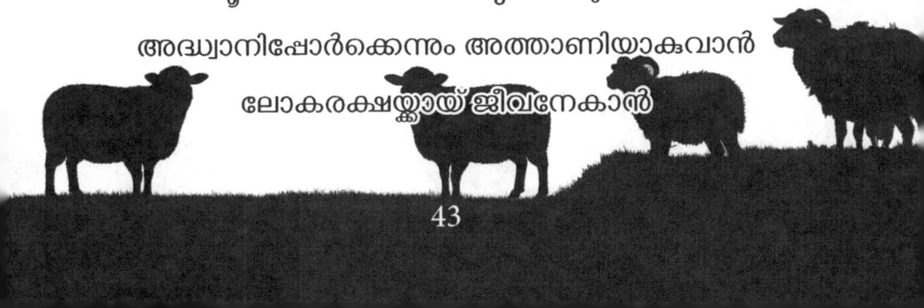

തപ്പും തകിലുമായ് ആടുവിൻ പാടുവിൻ

പുണ്യശിശുവിനെ വാഴ്ത്തീടുവിൻ

## ധനുമാസ കുളിരേറ്റ ഭൂമി മയങ്ങുമ്പോൾ

ധനുമാസ കുളിരേറ്റ ഭൂമി മയങ്ങുമ്പോൾ
വാനിലുദിച്ചൊരു ദിവ്യതാരം
പൊൻപ്രഭയേറ്റ കണ്ണഞ്ചിയുണർന്നതും
കേൾകയായി മംഗളഗീതങ്ങൾ
ഗ്ലോറിയാ ഗ്ലോറിയാ പാടികൊണ്ടാടുന്നു
മാലാഖവൃന്ദമതെങ്ങുമെങ്ങും

സോല്ലാസമോടിന്നിതാട്ടിടയന്മാരും
പൊൻപ്രഭ കാണുമാ ദിക്കുനോക്കി
ദൂരെയായി കാണുമാ ക്രൂരയ്ക്കകത്തു നി-
ന്നത്ഭുത ശോഭയും കണ്ടതപ്പോൾ

ചാരെയണഞ്ഞപ്പോൾ കാണായി കച്ചിയിൽ
പുഞ്ചിരി തൂകുമാ പൈതലിനെ
എത്രപ്രശോഭിതമാണീ തിരുമുഖം
എത്ര പ്രകാശിതമീനയനം
ഇല്ല വർണ്ണിക്കുവാനാവില്ലീ പൈതലിൻ
കാന്തിക്കലങ്കാര വാക്കുമില്ല

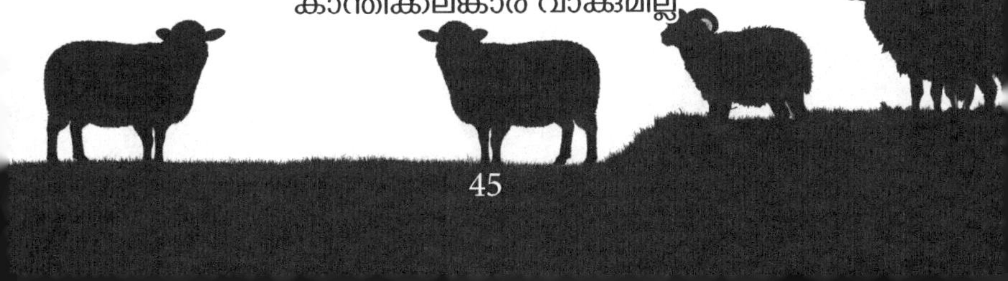

ആരോമലാരെന്നറിയാതുഴലുമ്പോൾ
മാനത്തു കേൾക്കായി ദിവ്യശബ്ദം
ഹേ പാരിൻ പാപങ്ങളൊക്കയും
നീക്കുവാനായ് വരുമെൻ മകൻ താൻ
രാജാധിരാജനീയുണ്ണിതൻ വാമൊഴി
കെട്ടുനടപ്പവർ ഭാഗ്യവാന്മാർ
എൻപ്രിയ പുത്രനാണീകുരുന്നോർക്കുക
ലേശവും സന്ദേഹം വേണ്ട കുഞ്ഞേ

ഇതു കേട്ടജപാലരൊന്നാകെയാമോദം
ദൈവകുമാരനെ കൈവണങ്ങി
ചാരെയിരിക്കുമാ കന്യാമാതാവിനും
താതനും വന്ദനമോതി പിന്നെ

ആടിയും പാടിയും മാലാഖമാരോത്തു
പൊൻപിറവിയവരാസ്വദിച്ചു

## സന്മനസ്സുള്ളവർ ഭാഗ്യവാന്മാർ

ഹൃദയത്തിൽ സാത്താനു പൂമെത്ത തീർത്തെൻറെ
കർത്താവേ കർത്താവേയെന്നാർത്തു കേഴും
കാപട്യമേറുമാത്മാവിനെയല്ല ഞാൻ
തേടുവതാത്മാവിൽ ധന്യരെത്താൻ

എൻ മൊഴികേട്ടു സത്കർമങ്ങൾ ചെയ്യുവോർ
സന്മനസ്സുള്ളവർ ഭാഗ്യവാന്മാർ
എൻ പിതാവിൻ വലം ഭാഗേയിരിക്കുമ്പോൾ
നീയെന്നോടൊത്തെൻറെ ചാരേയിരിക്കും

കാപട്യമില്ലാത്ത സ്നേഹത്തിൻ ത്യാഗത്തിൽ
കൈത്തിരി പാരിലെരിക്ക നിങ്ങൾ
ആത്മാർത്ഥമായുള്ളൊരാത്മാർപ്പണത്താലെ
ഈശ്വര പ്രീതിയനുഭവിക്കെന്നും

## വെളിച്ചമേ നയിച്ചാലും

ആനന്ദരൂപാ സ്നേഹസ്വരൂപാ
ഈശോ എന്നാശാ സങ്കേതം നീ
മമ മാനസ്സേവാ കാരുണ്യ സിന്ധോ

പാപാന്ധകാരം നിറയുമീ ഭൂവിൽ
മനഃശാന്തി തേടിയലയുന്ന നേരം
ശരറാന്തലായ് നീ ചാരത്തു വന്നെൻ
ജീവാന്ധകാരം നീക്കി നയിക്കു

കദനത്താലുള്ളം തകരുന്ന നേരം
ശോകാഗ്നിയിൽ ഞാനെരിയുന്ന നേരം
ആശ്വാസമേകാൻ കണ്ണീരുമായ്ക്കാൻ
ആനന്ദരൂപാ നീ വന്നിടേണം

## മൗനനൊമ്പരങ്ങൾ

എൻ കവിളിണകൾ അരുവിയായി മാറ്റിയ
മിഴിനീർ മണികൾ പോവാതെങ്ങോ
ആശനശിച്ചവർക്കത്താണിയാമേശു
ദേവൻ്റെ പാദം തഴുകുവാനോ - എൻ
പാപപരിഹാരം തേടുവാനോ

ജഗദീശ്വരാ നിൻ ചരണം തഴുകുമീ
ചുടുകണ്ണീർ കണം കാണുകില്ലേ
ആത്മാർത്ഥമായുള്ളെൻ ആത്മനൊമ്പരങ്ങൾ
നീർമണി മുത്തിതിൽ ഒതുങ്ങിനിൽപ്പൂ
ആശ്വാസമേകാൻ മനസ്സാകു

നല്ലിടയാനിൻ മാർഗ്ഗമല്ലാതെ
ഏതൊരു വഴി ഞാൻ പിന്തുടരാൻ
ആത്മാവിലെരിയുന്നെൻ മൗനനൊമ്പരങ്ങൾ
ആരോടുദേവാ ചൊല്ലിടുവാൻ
ആശ്രയമാരീശാ നീയൊഴികെ

## മിഴികൾ തുറക്കു നീ

കാൽവരി ക്രൂശിനെ ഗാഢം പുണർന്നു ഞാൻ
കണ്ണീരാലാപാദം കഴുകിടുന്നു
മിഴികൾ തുറക്കു നീ കാരുണ്യ വാരിധി
എൻ മുഖം കണ്ടെന്നു ചൊല്ലട്ടു നീ

മൂകദുഖങ്ങളിൽ ആശ്വാസവാക്കിനായ്
ആർത്തിയോടീ ഞാൻ വിളിച്ചുനിന്നെ
അധരം തുറക്കു നീ ഏഴയാമെൻമന -
രോദനം കേട്ടെന്നു ചൊല്ലിട്ടു നീ

ശോക നീർച്ചുഴിയിൽ ആശ്രയമർത്ഥിച്ചു
മൽക്കാരം നീട്ടി വിളിച്ചിട്ടുമ്പോൾ
തൃക്കരം നീട്ടി നീ എന്നഴൽ നീങ്ങുവാൻ
നൽവരം തന്നെന്നു ചൊല്ലിട്ടു നീ

## അനുഗമിച്ചീടുന്നെൻ കുരിശ്ശുമായി

അനുതപിച്ചീടുന്ന പാപി ഞാനേശുവെ
അനുഗമിച്ചീടുന്നെൻ കുരിശ്ശുമായി
അനുപമ സ്നേഹത്തിൻ വാരിധീ നീ
അനുഗ്രഹമേകണേ മുക്തി നേടാൻ

അനിതര സ്നേഹം നീ ഏകിയെന്നേ
അനുനയം നിൻ മാറിൽ ചേർത്തു വച്ചു
അതിലധിമോദമായ് പാടിടാം ഞാൻ
അലകടൽ ശാന്തമായ് തീർത്ത നാഥാ

അജഗണ പാലകാ യേശുനാഥാ
അപജയ ഭീതികൾ നീക്കിട്ടു നിൻ
അനുഭവ സാക്ഷ്യം വഹിക്കുവാനായ്
അനുദിനം ഏകണെ നൽവരങ്ങൾ
ഹല്ലേലൂയാ പാടാം ഹല്ലേലൂയാ
ഹല്ലേലൂയാ പാടാം ഹല്ലേലൂയാ

# ദൃക്സാക്ഷി

നിശ്ചല രജനിയിൽ ഗദ്സേംവനിയിൽ
ഏകനാമേശുവേ കണ്ടു ഞാൻ
ഏതോ കദനം നിറയും മുഖമോടെ
ഏകാന്ത ധ്യാനത്തിൽ കണ്ടു ഞാൻ

ആ കവിളിണകൾ തുടുത്തിരുന്നു
ആ മിഴിയിണകൾ നനഞ്ഞിരുന്നു
ആ മുടിയിഴകൾ ഉലഞ്ഞിരുന്നു
ആ മേനി രക്തം വിയത്തിരുന്നു

നിറമിഴി രണ്ടും വാനിലുയർത്തി
ത്രിക്കണ്ഠമിടറി കേണിരുന്നു
പിതാവേ തിരുമനസ്സാവുകിൽ
കൈപ്പുനീർ നിറഞ്ഞോരീ പാനപാത്രം
തിരിച്ചെടുത്തിടേണമേ

# മഗ്ദലേന

നാഥാ നീ വരും നേരമെനിക്കറിയില്ല
എങ്കിലുമൊരു ഞൊടികണ്ണിമയ്ക്കാതെ
എന്നും നിനക്കായ് കാത്തിരിക്കും
എൻ മാനമൊരുക്കി ഞാൻ കാത്തിരിക്കും

പൂത്താലമില്ലാതെ പൂവാരിയെറിയാതെ
പൂജിതാ  നിന്നെ ഞാനെതിരേല്ക്കും
അശ്രുകണങ്ങളാൽ കഴുകിത്തുടച്ചു ഞാൻ
ആരാധ്യമാം പാദം തൈലം പൂശും

പാപിയാമെൻ ഹൃത്തിൽ അങ്ങെഴുന്നള്ളിടാൻ
യോഗ്യതയില്ലെനിക്കെന്നറിവൂ
അങ്ങേ വചസ്സാലെ തഴുകിത്തലോടുമ്പോൾ
ദുര്യോഗിയാം ഞാനും സ്വർഗം പൂകും

## അപ്പവും രണ്ടുമീനും

വിണ്ണിൻ രാജധാനിയിൽ വാഴും
മണ്ണിൻ പാലക കർത്താവേ
ശാന്തി സംപൂർണമാം നിന്റെ രാജ്യ
കാന്തി പാരിൽ ചൊരിയണമേ

ശാന്തി സംപൂർണം സ്നേഹ സംപൂർണം
ത്യാഗ സംപൂർണം നിൻ ഭവനം

അഞ്ചപ്പത്താലും ഇരുമീനാലും
അയ്യായിരങ്ങളെ പോറ്റിയ നീ
അന്നന്ന് വേണ്ടുന്ന ഭോജ്യമിന്നും
അടിയോർക്കു നല്കമാറാകണമേ

ശാന്തി സംപൂർണം സ്നേഹ സംപൂർണം
ത്യാഗ സംപൂർണം നിൻ ഭവനം

നിത്യം ഞാൻ ചെയ്യും അപരാധങ്ങൾ
എല്ലാം പൊറുക്കനീ തമ്പുരാനേ
ശത്രുകരങ്ങളിൽ വീഴാതെയെന്നും
എളിയോരെ കാത്തിട്ടു രക്ഷകാ നീ

# പ്രണാമഗീതം

പ്രപഞ്ചമേ --- പ്രപഞ്ചവാസികളേ
പാട്ടു പ്രപഞ്ചനാഥനായ്
നവമൊരു പ്രണാമ ഗീതം
സ്വർഗ്ഗ ഗായകരേ മാലാഖമാരേ
ഏറ്റുപാടുവിൻ ഈ നവ്യഗാനം

അരൂപിയാം അഖിലേശ്വരാ
എവിടെയും എന്തിലും നിറഞ്ഞവനേ
അരുവികളെ , കുരുവികളെ
പരിപാലിപ്പവനേ ആരാധനാ
അഭയശിലയാം ദൈവമേ
ശുഭവരദാനങ്ങൾ ചൊരിയേണമേ

ഈ പാരിലും പരലോകെയും
അധിപനും ഏകനും അവിടുന്നല്ലോ
നരഗണത്തെ , സുരഗണത്തെ
പരിപാലിപ്പവനേ ആരാധനാ
അനന്തസ്നേഹമാം ദൈവമേ
അനശ്വരനാമമങ്ങേ വണങ്ങീടുന്നു

## സീയോൻ പുത്രികളെ

സീയോൻ പുത്രികളെ
സീയോൻ പുത്രികളെ
നമ്മുടെ രാജാവെഴുന്നള്ളുന്നു
യേശുമഹേശ്വരനെഴുന്നള്ളുന്നു
എതിരേൽക്കാനണിഞ്ഞൊരുങ്ങിടുവിൻ
വരവേൽക്കാനണിനിരന്നിടുവിൻ

എളിമനിറഞ്ഞൊരു മനസ്സോടെ
കഴുതക്കുഞ്ഞിന്റെ പുറമേറി
മഹിമനിറഞ്ഞവനണയുന്നു
ആർത്തു സ്തുതിക്കുക ജനതകളെ

ഓശാന ഓശാന
ദാവീദാത്മജനോശാന
കർത്താവിൻ തിരുനാമമതിൽ
വരുവോനേറ്റം ധന്യനിവൻ

ഒരുമ കൊരുത്തൊരു മനസ്സാലെ

ഒലിവിൻ ചില്ലകൾ വിരിച്ചീടാം

കരുണ ചൊരിഞ്ഞവനണയുന്നു

ആർപ്പു വിളിക്കുക കുരുന്നുകളെ

## രക്ഷ

മാനുഷാ നിൻ രക്ഷയെന്റെ കൈകളിലല്ലോ
മാർഗ്ഗദീപം നീട്ടിടാം ഞാൻ നീയൊരുങ്ങിട്ടുകിൽ
നിന്റെ മേച്ചില്പുറങ്ങളിൽ നിൻ സഹവാസി
നിൻ വഴികൾ കണ്ടറിയും നല്ലിടയൻ ഞാൻ

നീയഴുക്കിൻ നീരൊഴുക്കിൽ വീണു പോയിട്ടുകിൽ
എന്റെ ഹൃത്തടമെന്തുമാത്രം നീറിടുമെന്നോ
നീതിമാർഗ്ഗേ നീഗമിച്ചു ലക്ഷ്യമേറുകിലോ
ആനന്ദപൂമാരിയാലെൻ മാനസം നിറയും

നിത്യ ജീവൻ നൽകിടും നിൻ സത്യദേവൻ ഞാൻ
രക്ഷയേകുമീ സ്നേഹനീർച്ചാലക്ഷയമല്ലോ
പരിതപിച്ചു മുഖമണച്ചു നിന്നിടാതെ നീ
മനസ്സുറച്ചു മോക്ഷലബ്ധി ആഗ്രഹിച്ചിടുവിൻ

# അമ്മ

രജത മണിപ്രഭവെല്ലുന്ന മുഖവും
അതിലതിശോഭിത നയനങ്ങളും
ചെന്തളിർച്ചുണ്ടിൽ വിടരും സുഹാസവും
മമ മിഴികൾക്കെന്നും ആനന്ദമമ്മേ

അമ്മെ വിമലാംബികേ
പ്രസന്നേ സുരകന്യകേ

ജഗപരിപാലക ജനനി മരിയെ
മമ മനഃപ്രസാദ കാരിണി നീ
വ്യഥയേറി തളരുമ്പോഴെന്നെ നയിക്കുന്ന
കാരശക്തി നീയേ കാന്തിമതീ

ജനതതിയാകവേ നമിപ്പൂ അമലേ
സുഖവരപ്രസാദ ദായിനിയെ
ഇഹ ഭൂവിലേകാന്തനാമെന്നാശ്രയം നീയേ
മനഃശാന്തിയേകൂ ശാന്തിപ്രിയേ

## നാഥാ നീ ക്ഷേമിക്കേണം

വഴിപിഴച്ചൊഴുകുന്ന തേനാറു ഞാൻ
നേർവഴ്യ കാട്ടുകെൻ ഏകനാഥാ
ഇനിയൊരു പാപം ചെയ്യും മുമ്പേ
മൃത്യ വന്നെന്നെ പുണർന്നെങ്കിൽ
ആത്മാർത്ഥമായിന്നതാശിപ്പൂ  ഞാൻ

ഏഴേഴുപത്തു മാപ്പുനീ നൽകിയെങ്കിലും
സാത്താന്റെ പാത പിന്തുടർന്നൂ ഞാൻ
നിന്നെയറിഞ്ഞില്ലാ നിൻ വഴി കണ്ടില്ല
അന്ധതയാലിവൻ സകലേശാ
കാരുണ്യവാൻ നീ പൊറുക്കേണം

പാപിനിയാം മേരി മഗ്ദലനായ്ക്കന്നു നീ
സ്നേഹാർദ്ര മാനസം തുറന്നേകി
നിന്നെയറിഞ്ഞവൾ നിൻവഴിച്ചേർന്നവൾ
സന്തതമാവഴി നടന്നില്ലേ
കാരുണ്യവാൻനീ പൊറുത്തില്ലേ

## നിറദീപമേ തെളിയൂ നീ

മമ ജീവ ജ്യോതിനീ തെളിയൂ പരനേ
ചൊരിയൂ നിൻ വരമാരി ദയാമയാ
ആല്ഫയും നീ ഒമേഗയും നീ
ഈ ബ്രഹ്മം നിറയുന്ന ചൈതന്യമേ

മറവിലിരുന്നിവനരുളുന്നു നീ സദാ
കരളലിഞ്ഞൊഴുകുന്ന സ്നേഹം മുദാ
ഒരു ഞൊടി നിൻ രൂപം കണ്ടറിഞ്ഞീടാൻ
ഉണ്ടതിമോഹം ഇളം മാനസേ
ദര്ശനമരുതോ മഹാപ്രഭോ

മഹിമനിറഞ്ഞഹ മരുവുന്നു നീ ജയാ
മനമിതിലുയരുന്ന ഖേദം വിഭോ
മനസുഖം നിൻ സ്പർശം  കൊണ്ടറിഞ്ഞീടാൻ
നില്പതിതോ  ഞാൻ തവ പാദുകേ
സ്പർശനമരുതോ മഹാപ്രഭോ

# ദിവ്യാന്ത്യം

പ്രസന്ന വാനം  കരിപുരണ്ടു
പ്രശാന്ത സാഗരം ഇരമ്പി നിന്നു
പ്രപഞ്ചമാകെ വിറകൊണ്ടുനിൽക്കെ
പ്രവാചകർ തൻ ലിഖിതം പോലെ
പ്രാണൻ വെടിഞ്ഞു ദയാപരൻ

അരമന തൂണുകളിടിഞ്ഞു
കരിമല വിണ്ടുപിളർന്നു
തിരുദേഹി ദേഹം  വെടിയുന്നനേരം
വെള്ളിടി ഭൂതലം നടുക്കി

മുപ്പതുവെള്ളിപ്പണത്തിൻ മറവിൽ
ആ രക്തം  നുകർന്നവർ ഒടുങ്ങി

പാപം നിറഞ്ഞു നിൻ പാതവെടിഞ്ഞവർ
പരിതപിച്ചിന്നിതാ നില്പൂ
പരമാത്മ ഭാഗം ചേർന്നിരിക്കുമ്പോൾ
പരിഗണിച്ചീടണമെന്നെയും നീ

## മൗനം മൗനം

കാൽവരിമലയാകെ മൗനം തിങ്ങിയനേരം
മാമലനിരകളിൽ മാറ്റൊലി കൊണ്ടൊരു നാദം
തന്നേകസൂനുവിൻ ദാരുണ വധം കാൺകെ
ഒരു മാതൃഹൃദയം തേങ്ങുകയായിരുന്നു
ഒരു ദുഃഖ സാഗരം ഇരമ്പുകയായിരുന്നു

അലയാഴി തൻ  അഗാധ സാന്ദ്രതയിൽ
മുത്തും പവിഴവും ഒതുക്കിവയ്ക്കുംപോലെ
അരുമക്കിടാവിൻറെ പീഠന നോവുകൾ
ആ മനഭിത്തികൾ ഒതുക്കുകയായിരുന്നു
ആ ദുഃഖസാഗരം വിതുമ്പുകയായിരുന്നു

സുരനാരിതൻ പ്രശാന്തമാം മനസ്സിൽ
മിന്നൽ പിണരുകൾ എരിഞ്ഞുയർന്നീടുമ്പോൾ
പരമപിതാവിൻ തിരുഹിതമത്രയും
നിറവേറ്റുവാൻ മനം ഒരുക്കുകയായിരുന്നു
ആ ദിവ്യമാനസം എരിയുകയായിരുന്നു

## സുഭാഷിതങ്ങൾ

സുഭാഷിതങ്ങൾ ജ്ഞാനപ്രകാശിനികൾ
ആത്മാവിലറിവും നെറിയും നൽകും
സ്നേഹസങ്കീർത്തനങ്ങൾ പാവന
സ്നേഹപ്രവാഹിനികൾ

വിശുദ്ധ ബൈബിൾ താളുകൾ നിറയും
സുശക്ത വചനം ശാന്തിഭരം
പാപവിമുക്തി മർത്യന്ന് നേടാൻ
സ്വർഗസ്ഥനേകും ശുഭമൊഴികൾ

പവിത്രമൊഴികൾ കേട്ടുചരിക്കാം
അതെത്ര മോഹനം മോദകരം
അക്ഷയമാമീ വാക്കുകളാണെൻ
രക്ഷയതേകും തിരുകവചം

## സ്നേഹസമ്പൂർണ്ണൻ

മരിക്കില്ല നാഥാ ലോകാന്ത്യമോളം
മറക്കില്ല നാഥാ നിന്നാത്മത്യാഗം
അരുണാഭപോലെ തെളിഞ്ഞെന്നു നിൽക്കും
അണയാതെന്നുള്ളിൽ ജീവന്ത്യമോളം

മനുഷ്യന്റെ മോചനം നൽകീടുവാനായ്
തൻ സ്വന്തജീവൻ ഹോമിച്ചവൻ നീ
ആല്ലാതീ മണ്ണിൽ ആരുണ്ട് ദേവൻ
സ്നേഹസമ്പൂർണ്ണൻ ത്യാഗസമ്പൂർണ്ണൻ

മനസ്സിന്റെ പൊയ്കയിൽ വിരിയുന്ന പൂവിൽ
നിറയ്ക്കും ദൈവം സ്നേഹാമൃതെന്നും
അന്യർക്കു നൽകാൻ അനുസ്യൂതമെന്നിൽ
ചൊരിയുന്നു നാഥൻ ആരാധ്യനീശൻ

## വരദായിനീ

വരദായിനീ സർവദുഃഖഹാരിണീ
സുഖകാരിണീ ദിവ്യെ മരിയാംബികേ
തവ പദ്മപാദം നമിക്കുമീയടിയൻ
മനസ്സലിഞ്ഞരുളുക തവ ദർശനം

തിരുമുടിതൊഴുന്നേൻ മുഖമതി തൊഴുന്നേൻ
കതിരൊളി നയനം തൊഴുന്നേനമലെ
തവതിരു സുമദള മൃദുലാധരം തുറക്കു
മമ ദുഃഖ ഹേതുക്കൾ നീക്കിടുകമ്മേ

തിരുകരം തൊഴുന്നേൻ തിരുവുടൽ തൊഴുന്നേൻ
ജപമണി സഹിതം തൊഴുന്നേനമലേ
തവകരമതിൽ നിറവരസാഗരം തുറക്കു
ഇഹലോക ദുരിതങ്ങൾ പൊക്കിടുകമ്മെ

# സ്നേഹസ്വരൂപിണീ

അമ്മെ തിരുനട തൊഴുതു മടങ്ങുമ്പോൾ
മുന്നിലെരിയുമാ ദീപം പോലെ
നിത്യവുമങ്ങേ വണങ്ങി വസിക്കുവാൻ
ആയെങ്കിലെന്നു ഞാൻ ആശിച്ചുപോയി

കരിമുത്തിൻ പ്രഭയോലുമാനയനങ്ങളും
പുഞ്ചിരി തൂകുമാ ചെമ്മധരങ്ങളും
ശാന്തത തിങ്ങുമാ മുഖഭാവവും
കണ്മുന്നിലാകെ നിറഞ്ഞുനിൽപ്പൂ

ഒരുകയ്യിൽ സൂനുവാം ഉണ്ണിയെ പേറിനീ
മറുകയ്യിൽ വര ദണ്ഡുമേറി നിൽപ്പൂ
വരവർഷ ദായിനീ സ്നേഹസ്വരൂപിണീ
നിൻപാദമടിയന്റെ ശാന്തിതീരം

# പിതാവേ

പിതാവേ ഇതാ ഞാൻ ഇതാ ഞാൻ
അനുതാപ കണ്ണീർ വാർത്തിതാ നിൽപ്പൂ
താതാ കവാടം തുറക്കേണമേ
അവിടുത്തെ ദാസനായ് തീർന്നിടേണേ
മോഹിച്ചതെല്ലാം നല്കിനീയെന്നെ
സമ്പന്നനാക്കി പരിചരിച്ചു
ധൂർത്തനാം ഞാനോ സർവം തകർത്തു
നീ തന്ന സ്നേഹം പരിത്യചിച്ചു
നിന്നിൽ നിന്നേറെ ഞാൻ ദൂരെ നിന്നു
ഇന്നു കരം കൂപ്പി മാപ്പിരപ്പൂ
യേശുതൻ മുന്തിരി വള്ളിയിൻ ഫലമേകാൻ
ബലമുള്ള ശാഖയായ് വളർത്തിയെന്നേ
ഫലമൊട്ടും കാണാതൊരുനാളിൽ നീ വെട്ടി
അഗ്നിനാളങ്ങളിലേക്കെറിഞ്ഞു
അഗ്നിയിൽവെന്തുമനമുരുകി നൊന്തു
ഇന്നുനിൻ കാരുണ്യം യാചിക്കുന്നു

## എവിടെ നീ വസിപ്പൂ

എൻ ദൈവമേ നിൻ തിരുമുഖം കാണാൻ
മോഹിച്ചു ഞാനെത്ര വലഞ്ഞു
മണിമന്ദിരങ്ങളിൽ മായാഗ്രഹങ്ങളിൽ
വാനമേഘങ്ങളിൽ തിരഞ്ഞു
ഇല്ലെന്റെ ദൈവത്തെ കണ്ടില്ല ഞാനെങ്ങും
ചൊല്ലെന്റെ ദൈവമേ എവിടെ നീ വസിപ്പൂ

മകനെ നിൻ മനസ്സിന്റെ മുഖംമൂടി നീക്കൂ
വിഴപ്പിന് ഭാണ്ഡങ്ങൾ ഇറക്കിവയ്ക്കൂ
ദുഷിച്ചുനാറും പാപത്തിൻ വഡുക്കൾ
തേച്ചു മിനുക്കി ശുചിയാക്കൂ
കാണും നീ സത്യം നിൻ ഹൃത്തിലെന്നെ

അകലെ വിൺ സരസ്സിൽ നീ തേടുന്നതെന്നെ
അരികത്തെ ആർത്തനെ അറിയാതെ
വിശന്നു കേണും ദാഹിച്ചു വലഞ്ഞും
വേച്ചുനടക്കും അവനീ ഞാൻ
കാണൂ നീ മർത്ത്യാ നിൻ മുന്നിലെന്നെ

# പ്രസാദം

ദേവദേവതേ മരിയെ

പാവനാത്മ സുതനുടെ

ജനനീ നിൻ നാമമതിമഹിതമമ്മേ

താപക തിരുകടാക്ഷം

സുഖദം സുഖപ്രസാദം

മൃദുസ്മിതാധരമതി സുന്ദരം അമ്മേ

സുലളിത മധുരിത

ശാരീരമോ മോഹനവും

നിരുപമ മുഖഭാവം ശാന്തപ്രശാന്തം

സുരസുത പാലകെ നിൻ

ധന്യമാം പയോധരങ്ങൾ

നരകുല നാരികളിൽ ഏറ്റവും ദിവ്യം

കാരുണ്യതേനോഴുകീടും

സത്യമേറും നിൻ ഹൃദയം

പാരിൽ പരിശുദ്ധം അതിവിമലമമ്മേ

വരമഴ ചൊരിയുമാ

കരമതി മഹിമവും

ജപമണി നിരയതിൽ  സുകൃതവുമേ

വിശ്വറാണി സ്നേഹാംബികേ

മനശ്ശാന്തി വാഹിനിനിൻ

തിരുവുടലടിമുടി ദർശനം പുണ്യം

# തനിയെ

കല്ലറയിൽ ശവമഞ്ചലിൽ
ഞാൻ തനിയെ മടങ്ങും
പൊടിയിൽ നിന്നു പിറന്നു
പൊടിയിൽ അലിഞ്ഞുചേരാൻ
വനിയിൽ പൂന്തളിർ പോലെ
വിടർന്നു പരിമളം വീശി
കാലം തികഞ്ഞനാളിൽ
ഉടയോനടത്തി നീക്കി
കൊഴിഞ്ഞപ്പൂവിനെ നനച്ചുണർത്തിടാൻ
കണ്ണീർത്തുള്ളികൾക്കാവുമോ?
ചൊല്ലിടുകെൻ പ്രിയസോദരരെ

## വന്ദ്യ നാഥനെ വാഴ്ത്താം

അലകടലല മാലകളെ നാഥനെ വാഴ്ത്തു
കുറുമലനിര മാലകളെ നാഥനെ വാഴ്ത്തു
കതിരണി വയലേലകളെ നാഥനെ വാഴ്ത്തു
നറുമലനിര വാടികളെ നാഥനെ വാഴ്ത്തു

സ്തോത്രഗാനങ്ങളും സർവ്വപുകഴ്ചയും
ഭൂപരിപാലകനേശുവിന്

മൃദുലതവെള്ളിമേഘങ്ങളെ നാഥനെ വാഴ്ത്തു
സൂര്യചന്ദ്രഗണഗോളങ്ങളേ നാഥനെ വാഴ്ത്തു
കതിരൊളിനിര താരങ്ങളെ നാഥനെ വാഴ്ത്തു
തരളിത മന്ദ മാരുതനെ നാഥനെ വാഴ്ത്തു

സ്തോത്രഗാനങ്ങളും സർവ്വപുകഴ്ചയും
ഭൂപരിപാലകനേശുവിന്

തരുലത സസ്യജാതികളെ നാഥനെ വാഴ്ത്തു
ഇഴജന്തുപക്ഷിജാതികളെ  നാഥനെ വാഴ്ത്തു
ജനതതിയതി മോദമോടെ നാഥനെ വാഴ്ത്തു

സ്തോത്രഗാനങ്ങളും സർവ്വപുകഴ്ചയും
ഭൂപരിപാലകനേശുവിന്

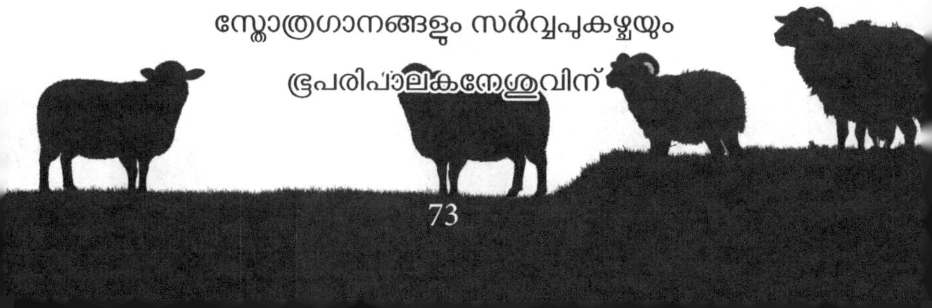

# വചനദീപ്തി

വിശ്വപ്രകാശമാം നാഥന്റെ മഹത്വമീ
വിശ്വാസിതൻ ജീവിതശൈലിയല്ലോ
സത്യവും നീതിയും പുണ്യകർമാദിയും
സത്യസ്വരൂപന്റെ ശക്തിമാത്രം

വചനം ശ്രവിക്കാൻ മനസ്സാണെങ്കിൽ
ചലനം വരും ആത്മതന്ത്രികളിൽ
ദുഃഖം, ദുരിതം ആധിയും വ്യാധിയും
ദൂരെയകറ്റിടും ദേവഭാഷ്യം

ശകലം ക്ഷമിക്കാൻ കഴിഞ്ഞെന്നാകിൽ
അകലും സ്വയം ശത്രുപീഡകളും
ക്രോധം കലഹം ആകെയും നീങ്ങിടാൻ
ചേതനയേകുന്ന സ്നേഹാകാവ്യം

ശകലം ത്യജിക്കാൻ ഹിതമാണെങ്കിൽ
അഖിലം തരും ആത്മ തൃപ്തിവരും
വിശ്വം മുഴുവൻ ശാന്തിയും സ്നേഹവും
വീശി വിതച്ചിടും വേദവാക്യം

# ഞാൻ, എന്റെ യേശു

ഈശോ നിൻ തിരുക്കരങ്ങൾ
കരയെ തിരയെന്ന പോലെ
തഴുകിയുണർത്തുന്നു ദിനവും
നിന്നോടാലിഞ്ഞു ചേരാൻ

സ്നേഹമേ നിന്നലമാലകളിൻ
നിറഞ്ഞു നിർവൃതി പൂകാൻ
മനം ത്രസിപ്പൂ മോദാൽ
അലിച്ചെടുക്കു ദേവ
നാഥാ നിൻ കരലാളനമേൽക്കാൻ
നമിച്ചു നിൽപ്പൂ നിൻ പദേ ഞാൻ

കാലം അതെൻ മനപാളികളിൽ
വരച്ചു നിൻ തിരുരൂപം
മനം കവർന്ന നാദം
പകർന്നു തന്നു ശാന്തി
നാഥാ നിൻ വചനോത്സവത്താലേ
തുടച്ചുനീക്കി എൻ അഴൽ നീ

## കാണാൻ കഴിവുള്ളവൻ ഞാൻ

കാണാൻ കഴിവുള്ളവൻ ഞാൻ
കാണുന്നു നിൻ രൂപമെന്നും
കേൾക്കാൻ കഴിവുള്ളവൻ ഞാൻ
കേൾക്കുന്നു നിൻ സ്വരമെന്നും
നടക്കാൻ കഴിവുള്ളവൻ ഞാൻ
നടപ്പൂ നിൻ വഴിക്കെന്നും

പുകഴ്ത്താൻ നാവെനിക്കേകിയ ദൈവമേ
നീയേകനെൻ സ്തുതിക്കർഹനെന്നും
ഈ മലർവാടിയിൽ ഈ പുൽക്കൊടികളിൽ
കാണുന്നു നിൻ സൃഷ്ടി വൈഭവം ഞാൻ
വല്ലഭാ നിൻ പുകഴ് പാടിടുന്നേൻ

സ്തുതിക്കാൻ കയ്യെനിക്കേകിയ ദൈവമേ
ഈ ഏഴതൻ സ്തുതി സ്വീകരിക്കു
ഈ മരച്ചോലയിൽ ഈ മൺതരികളിൽ
കാണുന്നു നിൻ സൃഷ്ടി വൈഭവം ഞാൻ
വല്ലഭാ നിൻ പുകഴ് പാടിടുന്നേൻ

## എങ്ങു നീ സർവേശാ

ദൈവമേ നിൻ രൂപം കാണുവാനാശിച്ച
നാടായ നാടെല്ലാം ഞാനലഞ്ഞു
എങ്ങു നീ സർവേശാ എങ്ങു നീ വാഴുന്നു
കാണുവാനുള്ളം തുടിച്ചിടുന്നു

നിത്യവും നിന്നോടു ചേർന്നുള്ളൊരെന്നെ നീ
എന്തിനു നാടാകെ തേടിടുന്നു?
ഉൾക്കൺ തുറന്നാത്മ ശുദ്ധി വരുത്തുനീ
കാണാം നിനക്കെന്റെ പൂർണ്ണരൂപം

ഏഴേഴുപത്തു തെറ്റും മാപ്പാക്കും ദൈവമേ
ഏഴയെൻ പാപവും പോക്കിടേണെ

എന്നെ തിരഞ്ഞു നീ അങ്ങിങ്ങലയുമ്പോൾ
പലവട്ടം  ഞാൻ മുന്നിൽ വന്നിരുന്നു
അന്ധനായ് മൂകനായ് ചട്ടുള്ള ഭിക്ഷുവായ്
നിന്നെ തൊഴുതു ഞാൻ നിന്നിരുന്നു

ഏഴേഴുപത്തു തെറ്റും മാപ്പാക്കും ദൈവമേ
പാപി ഞാൻ നിന്നെയറിഞ്ഞതില്ല

ഒരുനുള്ളു ചോറിനു യാചിച്ചു കൈ നീട്ടി
കുഷ്ഠം പടർന്ന കൈ നീട്ടി നിന്നു
അന്യന്റെ പൈദാഹമറിയാത്ത നിൻ മനം
എങ്ങിനെ എൻ രൂപം കാണും ചൊല്ലൂ

ഏഴേഴുപത്തു തെറ്റും മാപ്പാക്കും ദൈവമേ
അന്യരെനിക്കില്ല മേലിൽ കേൾക്ക

## ജീവജലം

പ്രസന്നമാം ഈ പ്രപഞ്ചമൊരുക്കിയ
പ്രഭാവവാനെ പരമാത്മാ
പ്രണമിപ്പൂ തവ പാദുകെ  ഞാൻ
പ്രസാദമരുളുക പരമോന്നതാ

നോഹാ തൻ ബലിപോൽ പരിശുദ്ധമാം
അഖിലവും ഒരുക്കി കാത്തിരിപ്പൂ
ആ ബലിപോലിതു സ്വീകരിക്കാൻ
മനം നിറഞ്ഞണയുക വേദിയിതിൽ

എബ്രാഹമിൻ ബലിപോലെനിക്കുള്ളതാം
സകലവും തിരുമുൽക്കാഴ്ചതരാം
ആ മനസ്സാലിവ സ്വീകരിക്കൂ
മനം നിറഞ്ഞരുളുക ജീവജലം

## മഹനീയൻ

വാനവിഹായസ്സിൽ പൂർണ്ണ മഹനീയൻ
മേഘസഞ്ചാരിയാം എന്റെ ദൈവം
നിത്യനാം ദൈവമേ നീയാണെന്നാശ്രയം
താങ്ങായ് നിൻ ശാശ്വത ഹസ്തങ്ങളും

ശത്രുകരങ്ങളെ നിഷ്പ്രഭമാക്കുവോൻ
വ്യാധിയും ഭീതിയും നീക്കിടുന്നു
അഗ്നിപരീക്ഷകൾ വെല്ലുവാൻ ധൈര്യവും
ശക്തിയുമാത്മാവിനെകിടുന്നു

സീൻമരുഭൂമിയിൽ മോശയും തോഴർക്കും
കാടയും മന്നായും നൽകിയവർ
പക്ഷി വൃക്ഷാദിയെ പോറ്റിടും കാരുണ്യം
നിത്യമെൻ ഭോജ്യവും തന്നിടുന്നു

# ആത്മദാഹം

ദാഹം ദാഹം ആത്മദാഹം
ദൈവമേ എന്നാത്മാവാങ്ങേയ്ക്കായ് ദാഹിക്കുന്നു
മേനോനേത്രം തുറന്നെന്നും കാത്തിരിപ്പൂ
വരികില്ലേ പരമാത്മാ വരികില്ലേ നീ
നിന്റെ ശക്തി മഹത്വങ്ങൾ അനുഭവിക്കാൻ
തരികില്ലേ ദിവ്യമാം നിൻ ദർശനം താതാ

തിരുഹൃത്തിൽ നിറയുന്ന കാരുണ്യമെൻ
ജീവനേക്കാൾ കാമ്യമെന്നറിയുന്നു ഞാൻ
തിരുവാധരം ചൊരിയുന്ന സ്നേഹ മാരി
മനതടാകം നിറയുന്ന ശാന്തിധാരയായ്

അഭയ ശിലയാം ദൈവമേ നിൻ തിരുനാമം
സ്തുതിച്ചീടുന്നു പുകഴ്ത്തി പാടിടുന്നു

പരമാത്മം പകരുന്ന ജീവജലം
പ്രാണനേകും ദൈവമെന്നറിയുന്നു ഞാൻ
തിരുക്കരങ്ങൾ തെളിക്കുന്ന ജീവനാളം
അനശ്വരമായ് പടരുന്നു ജ്ഞാനദീപമായ്

അഭയ ശിലയാം ദൈവമേ നിൻ തിരുനാമം

സ്തുതിച്ചീടുന്നു പുകഴ്ത്തി പാടിടുന്നു

## ജീവാമൃതം

മകനെ ഇതാ ഇതാ എൻ ഹൃദയം
നിന്നപരാധ ശരങ്ങളേറ്റ
നിണം വാർന്നൊഴുകും ഹൃദയം
പരിപാവനമെൻ ഹൃദയം
നിനക്കു ഞാൻ തരുന്നു

ജനമേ പ്രിയരേ ഇതാണെന്റെ മാംസം
സ്വർഗ്ഗപിതാവിനു യാഗം നിത്യ രക്ഷാകര ഭോജ്യം
ഈ എളിയകുഞ്ഞാടിന്റെ മാംസം
ഭുജിച്ചിടാം ഇതു സ്മരിച്ചിടാൻ
അനുവർത്തിക്കുക ദിനവും

നവീനമാമിതു സനാതനം
അനശ്വരം ജീവ പ്രചോദകം

ജനമേ പ്രിയരേ ഇതാണെന്റെ തിരുരക്തം
പാപവിമോചനമേകാൻ
ഞാനന്നുടമ്പടി ചെയ്തതിരക്തം
നുകർന്നിടാം ഇതു സ്മരിച്ചിടാൻ
അനുവർത്തിക്കുക ദിനവും

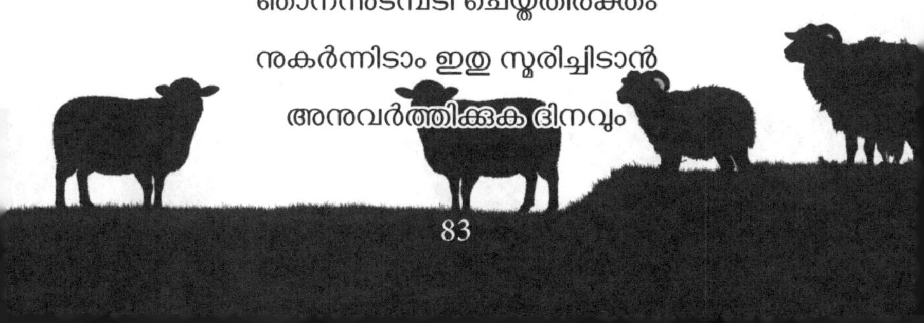

നവീനമാമിതു സനാതനം

അനശ്വരം ജീവ പ്രചോദകം

# ദേവാ ഏന്തേ നീ വരാത്തു

വിശ്വപ്രകാശമേ നിത്യതയേ നിന്നെ
എത്ര കരഞ്ഞു വിളിച്ചു ഞാൻ
എൻ പിഴവെല്ലാം നീക്കിയങ്ങെന്നെ
നിൻ വഴിചേർക്കാൻ വിളിച്ചു ഞാൻ

എങ്കിലുമെന്തേ വരാത്തു നീ
പരിഭവമാണോ ദയാനിധേ

നിന്നെ കാണാതാസ്വരം കേൾക്കാ-
താവഴി ഈ വഴി ഞാനലഞ്ഞു
മുൾമുന തട്ടി കാലടി വിണ്ടും
ആർത്തു വിളിച്ചു നിൻ നാമം

എങ്കിലുമെന്തേ വരാത്തു നീ
പരിഭവമാണോ ദയാനിധേ

വചനം കേൾക്കേയെൻ മനമുലഞ്ഞു
ഹൃദയം നൊന്തു കരഞ്ഞു ഞാൻ
ചെയ്തവയെല്ലാം തെറ്റെന്നറികെ
മാപ്പു പറഞ്ഞു വിളിച്ചു ഞാൻ

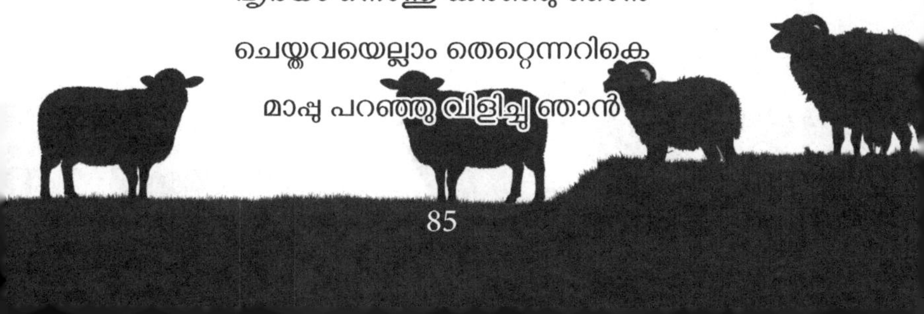

എങ്കിലുമെന്തേ വരാത്തു നീ

പരിഭവമാണോ ദയാമയാ

## മോക്ഷത്തിലേക്കുള്ള തോണി

മുങ്ങാക്കടലിലെ തോണി - ഏശു
ദേവൻ തുഴയുന്ന തോണി
മോക്ഷത്തിലേക്കുള്ള തോണി - ഇതു
തങ്കപ്പടിവെച്ച തോണി
വായോ വാ -- വായോ വാ --
സന്മനസ്സുള്ളവർ വായോ വാ --

മുമ്പേഗമിക്കുന്ന തോണി - അതു
സാത്താൻ നയിക്കുന്ന തോണി
നാശത്തിലേക്കുള്ള തോണി - അടി
വിണ്ടു മറിയുന്ന തോണി
ഏറാതെ --- ഏറാതെ
നന്മനിറഞ്ഞവർ ഏറാതെ

ലക്ഷണമൊത്തൊരു തോണി - ക്രിസ്തു
ലക്ഷ്യമതുള്ളൊരു തോണി -
ലക്ഷങ്ങളേറുന്ന തോണി - ഇത്
കഷ്ടങ്ങളില്ലാത്ത തോണി
വായോ വാ --- വായോ വാ ---
സന്മനസ്സുള്ളവർ വായോ വാ

വല്ലഭനായകൻ ഏശു സ്വയം

നല്ലവർക്കേകിയ ഭാഗ്യം

കയ്യണച്ചെത്തുക വേഗം -- നേടു

കയ് വല്യ  ജീവന്റെ യാനം

## ഉത്ഥാനം

രക്ഷകനുയിർത്തൊരു പുണ്യദിനം - ഇതു
ദുഃഖമകന്നോരു ശുഭസുദിനം
കഷ്ടതപേറി ദുഷ്ടരെവെന്നവൻ
മോക്ഷമണഞ്ഞൊരു മഹിതദിനം

പാട്ടുക നാവുകളെ ഹല്ലേലൂയാ
നാഥനു നേരുക ഭാവുകങ്ങൾ ഹല്ലേലൂയാ
വിണ്ഡലമാകെ മുഴങ്ങട്ടെ ഹല്ലേലൂയാ
മണ്ണിതിലുയരും ഗീതങ്ങൾ

താഡന പീഡന നാളുകഴിഞ്ഞു
ദ്രോഹവിമോചിതനായി പരൻ
കശ്മലരേകിയ കല്ലറ നീങ്ങിയാ
ദൈവകുമാരനുയിർത്തുയർന്നു

[പാട്ടുക]

നീതി അനീതിയെ വെന്നൊരു നാഥൻ
സത്യമീ ലോകമറിഞ്ഞൊരുനാൾ
രക്ഷകനേശുവെ നൽകിയ നീതിമാൻ
ദൈവപിതാവിനെ വാഴ്ത്തുകന്നാം

[പാട്ടുക]

## മഹാശാന്തശീലാ

പരിശുദ്ധരിൽ ആദിജാതാ പിതാവേ
യൗസേപ്പിതാവേ മഹാശാന്തശീലാ
കണ്ണിൽ ദയാ മാരിവില്ലു തെളിയുന്ന
തുണയാളു തൊഴിലാളിമക്കൾക്കു താതൻ

പരമാത്മ ഭാഷ്യം ഗ്രഹിച്ചുവരിച്ചു
അമലാംബിക മേരി കന്യാമണിയെ
ദൈവേഷ്ടമെല്ലാം നിറവേറ്റി താതൻ
പുത്രന്റെ ഏറ്റം മഹത്വത്തിനായി

തിരുസൂനുവിൻ ദാഹപാശങ്ങൾ തീർക്കാൻ
മരവേല ചെയ്തു പതംവന്ന കയ്യാൽ
അന്നന്നു വേണ്ടുന്ന ഭോജ്യം ലഭിയ്ക്കാൻ
വലയുന്ന മക്കൾക്കു വരമേകിടേണെ

# താരം

എങ്ങുപോണെങ്ങുപോണേ രാജപ്രഭുക്കന്മാരെ
എങ്ങുപോണൊട്ടകമേൽ പാതിരാവിൽ

മാനത്തു വെൺപ്രഭയിൽ മുങ്ങിയ താരം കണ്ടേ
ഉത്ഭവ ദിക്കു തേടിപ്പോകുന്നിതേ
ചേലൊത്ത താരമിതേ വാലുള്ള താരമിതേ
കാണുന്നിതേതോ ശുഭലക്ഷണമായ്

അല്ലയോ രാജപ്രഭോ കേട്ടില്ലേ ബദ്ഹലഹേമിൽ
ദിവ്യനാമൊരു പൈതൽ ജാതനായി
ലോകത്തെ രക്ഷിപ്പാനായ് വന്നവൻ താനെന്നല്ലോ
ചൊല്ലുന്നു ദൈവദൂതൻ ശക്തമായി

ഇടയാ നീ ചൊൽവതെല്ലാം  സത്യമാണെങ്കിൽ പോകാം
ഞങ്ങൾക്കും പൈതലിനെ വന്ദിക്കേണം
വേദപണ്ഡിതരെല്ലാം ചൊന്നതു സംഭവിച്ചു
ദൈവം മനുഷ്യനായി വന്നു പാരിൽ

അതിവേഗം നീങ്ങിടു നീ മരുവിൻ വാഹനമേ
ഉണ്ണിയെ കാണാൻ മോഹം ഏറിടുന്നു
ഇന്ദുപ്രഭയിൽ  മുങ്ങി ചന്തമണിഞ്ഞഭൂമി
ഈ ശിശു ജന്മം കൊണ്ടു ധന്യഭൂമി

സ്വർഗീയനാഥാ നരലോകരാജാ
ശിരം കുനിച്ചങ്ങേ വണങ്ങീടുന്നു
കുന്തിരിക്കം മീറ സ്വർണ്ണവും നാഥാ
തിരുമുന്നിലർപ്പിച്ചു നമിച്ചിടുന്നു
അമ്മേ നീ ധന്യേ, താതാഭിവന്ദ്യാ
പാദം നമിച്ചു മടങ്ങിടട്ടെ

# ധന്യമോഹന ഗാനം പാടുവാൻ

നാഥാ തൃപ്പദേ കാഴ്ചദ്രവ്യവുമായ്
നിൽക്കും ഞങ്ങളെ കൈക്കൊള്ളേണമേ
നമ്രശീർഷാരം ഞങ്ങൾക്കേകണേ
താതാ  തൃക്കയ്യാൽ മുക്തി തൻ വരം

ക്ലുപ്തം കൈകളിൽ മോദപ്പൂക്കളും
പാട്ടും നാവിലോ സ്തോത്രഗീതവും
മാനസങ്ങളിൽ നല്ല ചിന്തയും
ജീവചര്യയിൽ സത്കർമ്മങ്ങളും

ദേവാ ഹൃത്തിതിൽ പീഠം തീർത്തിടാം
വന്നുവാഴ്ക നീ നിത്യജീവനായ്
പാവനാത്മജാ ആത്മജ്ഞാനം നീ
നൽകൂ നിൻ പദം പാടി വാഴ്ത്തുവാൻ

## നില്പൂ ഞങ്ങൾ യാഗവേദിയിൽ

വെൺപ്രകാശ രശ്മിതൂകി സൂര്യഗോളകം
സുപ്രഭാതമായെന്നോതി കൊച്ചുപൈങ്കിളി
കർത്തനെ സ്തുതിച്ചുവാഴ്ത്തി നന്ദിയേകിടാൻ
ഒത്തുചേർന്നു നില്പൂ ഞങ്ങൾ യാഗവേദിയിൽ

ശുഭ്രവസ്ത്ര ധാരിയായി വന്നു കാർമികൻ
നമ്രശീർഷനായി നിന്നു ധ്യാന മഗ്നനായ്
സർവ്വശക്തനാം പിതാവേ വന്നു ചേരണേ
ദിവ്യപൂജ സ്വീകരിച്ചു തൃപ്തനാകണേ

ഏശു പാതപിന്തുടർന്ന് ഞങ്ങളിന്നിതാ
അപ്പവും നൽവീഞ്ഞുമായി നില്പൂസന്നിധേ
കാഴ്ചവസ്തു കയ്യണച്ചതേറ്റു വാങ്ങണേ
നിത്യരക്ഷ നേടുവാൻ പ്രാപ്തരാക്കണേ

## ജനകനും ജനനിയും കരമൊഴിഞ്ഞീടിലും

ജനകനും ജനനിയും കരമൊഴിഞ്ഞീടിലും
ജഗദീശ്വരൻ എന്നെ നയിച്ചീടുന്നു
ജനതതിയാകവെ പലവഴിചൊൽകിലും
ജഗപരിപാലകൻ തുണച്ചിടുന്നു

മനമറിയാതൊരു തെറ്റുചെയ്തീടിലും
മാപ്പതു തരുകില്ല നരമാനസ്സം
വേദപ്രമാണങ്ങൾ ഉരുവിടും നാവിലും
വിരിയില്ല സാന്ത്വന മുകുളങ്ങൾ

ശൈശവനാളെന്നെ പിച്ചനടത്തിയ
കയ്യുകൾതന്നെന്നെ  തളർത്തിടുമ്പോൾ
വേദപ്രമാണങ്ങൾ മൊഴിയുന്ന നാഥനോ
ചൊരിയുന്നു ശാന്തിതൻ വചനങ്ങൾ

## എന്നിൽ വന്നു വാഴണം നീ

ജ്ഞാനസ്നാന നേരമന്നരൂപിയായി വന്നു നീ
എന്റെ ജീവനിൽ പ്രകാശരശ്മിതൂകിനിന്നുനീ
ഇന്നൾത്താരതന്നിലായി വന്നിടേണം മാംസമായ്
എന്നിൽ വന്നു വാഴണം നീ നിത്യജീവനേകിടാൻ

നിന്റെ യാഗമാംസമിന്നു സ്വീകരിക്കുവാനെനിക്കു
യോഗം തന്ന ദൈവമേ സ്തുതിച്ചിടുന്നു നന്ദിയാൽ
ഇന്നുസ്വീകരിച്ച ഭോജ്യമെന്നുമേലഭിയ്ക്കുവാൻ
തന്നിടേണെ നൽവരം നീ കന്യാമേരിസൂനുവേ

എന്റെ ദേഹിയെന്റെ ദേഹമെന്റെ കർമ്മമൊക്കെയും
നിന്റെ പാദുകേയണച്ച കാഴ്ചയായി നില്പുഞാൻ
ജന്മപാപമൊക്കെയും നീ നീക്കിയെന്നെ  ദൈവമേ
സച്ചിദാനന്ദ സ്വരൂപാ സ്വീകരിച്ചീടേണമേ

# ബദ്സേയ്ദാ

ബദ്സേയ്ദാ --- ബദ്സേയ്ദാ ---
ബദ്സേയ്ദാ --- ബദ്സേയ്ദാ ---
അത്ഭുതക്കുളമേ മന്ത്രികകുളമേ
കേൾക്കു ഞാൻ രോഗ മോചിതനായി

മനസ്സും ശരീരവും വാടിയ രോഗിഞാൻ
നിന്നോരം ചേർന്നു കിടന്നിരുന്നു
മുപ്പതും പിന്നെട്ടു വർഷവും പിന്നിട്ടു
എന്നുഴം കാത്തു ശയിച്ചിരുന്നു

ഒരുവട്ടം പോലുമാ ധൂതനെത്തീടുമ്പോൾ
നിന്നിൽ കുളിക്കുവാനായില്ല
ഓരോ തവണയും ഞാനിഴഞ്ഞെത്തുമ്പോൾ
മറുരോഗി മുമ്പേ കുളിച്ചിരിക്കും

മൃത്യുവിൻ മുമ്പൊരുനാളിലെൻ ദൈവമേ
പിഞ്ചി നടക്കുവാനായിടേണെ
എന്നുഞാനർത്ഥിച്ചു സർവം സമർപ്പിച്ചു
നാഥാ നിൻ നൽവരം കാത്തിരുന്നു

എൻ ശബ്ദം കേട്ടെന്റെ ചാരെയണഞ്ഞവൻ

ആകെ തഴുകി മൊഴിഞ്ഞു മെല്ലെ

നിൻ ശയനവിരി കയ്യിലെടുക്കുനീ

നിൻ വീട് ചേരാൻ നടന്നു നീങ്ങു

## വാവാ ഏശുനാഥാ

വാവ ഏശുനാഥാ - മനസ്സിൽ ശാന്തി നിറയ്ക്കു നാഥാ
താതാ നിന്റെ സ്നേഹം മമ ഹൃദയം നിറച്ചിട്ടു നീ
നീയാണിന്നെന്റെ ജീവനും മാർഗവും
സ്നേഹ ദീപവും ജ്ഞാനവും
വരൂ - ദൈവ സൂനോ

ലോകം പാപപൂർണം നീ വരൂ പ്രഭാവമോടെ
അന്ധകാരഭ്രുവിൽ നീ വരൂ പ്രകാശമായി
ആത്മം മോക്ഷമേറാൻ ജീവനെ പ്രശാന്തമാക്കു
നിന്റെ പാവനാത്മാനം നീ തരൂ പ്രസാദമായി

സ്വർഗ്ഗരാജ്യ കാന്തി ഭ്രുവിതിൽ നിറഞ്ഞു കാണാൻ
രാജരാജനാം നീ പാരിൽ ജീവജ്വാലയായ് വാ
സ്തോത്രഗാനം പാടി നാഥനെ വണങ്ങിടുന്നേൻ
താളമേളമോടെ നാഥനെ സ്തുതിച്ചീടുന്നേൻ

# ദാഹനീർ

മാമല താഴ്വരെ ഈ വയൽ ഒരത്തായ്
ദാഹനീർ തേടിടും ഞാനൊരു മാൻപേട
ദാസിയിവളലലയുന്നു ദാഹനീർ തരുമോ നീ
നല്ലോരാട്ടിടയാ എൻ ജീവനിൽ നിറയ്യൂ നീ

പൊടിയോളമെന്നിൽ വിശ്വാസമെങ്കിൽ
തിരയോട്ടു ചൊല്ലൂ നീ പാതയേകാൻ
തിരമാറിടും കരയായിടും വിശ്വാസികൾക്കായ്
നിലമായിടും വഴിയായിടും
ഞാൻ കാട്ടുമീ പാത നിൻ ജീവവീഥി

കടുകോളമെന്നിൽ വിശ്വാസമെങ്കിൽ
മലയോട്ടു ചൊല്ലൂ ദൂരേയ്ക്കു മാറാൻ
മലമാറിടും ഉറവായിടും വിശ്വാസികൾക്കായ്
മികവേറിടും ജലമായിടും
ഞാനേകുമീ ദാഹനീർ പ്രാണനാകും

## വിൺഗീതി

ഏശുവിൻ നാമം നാമൊന്നായ് വാഴ്ത്തീടാം-
സന്തതം സാനന്തമായ്
ഹല്ലേലൂയാ പാടാം നന്ദിചൊല്ലിടാം
സ്തോത്രഗാനം പാടാം കയ്യടിച്ചു നാം
സ്തുതിച്ചീടുമീ ഗാനം ആ ദിവ്യസങ്കീർത്തനം

മഹത്വപൂർണം വിണ്ടലത്തിൽ വാണിടുന്ന
നിന്നെ ഞങ്ങൾ പുകഴ്ത്തുന്നു
ജനപദത്തിൻ ചക്രവർത്തി നിന്റെ മാർഗ്ഗം
നീതിപൂർണം സത്യസന്ധം
സ്രാഷ്ടാംഗം ഞാനങ്ങേ വന്ദിച്ചീടാം
മീട്ടിടുമീ വീണ വിൺഗീതികൾ
അങ്ങ് പരിശുദ്ധൻ അങ്ങ് ബലവാനും
നിത്യം പരിശുദ്ധനങ്ങെനമിപ്പൂ
വന്നിടൂ ഞങ്ങളിലെന്നും

ഉച്ചസ്വരത്തിൽ കർത്തൃഗീതം പാടുകനാം

വാനും ഭൂവും മുഴങ്ങട്ടെ

അനുപമനാം  താതനിൻ കർത്തനേശു

ഇന്നും എന്നും മഹനീയൻ

നാമെന്നുമേശുവിൻ സാക്ഷികളായ്

നാടെങ്ങുമാമോദം കീർത്തിച്ചിടാം

അങ്ങ് പരിശുദ്ധൻ അങ്ങ് ബലവാനും

നിത്യം പരിശുദ്ധനങ്ങെനമിപ്പൂ

തന്നിടൂ നിൻ കൃപയെന്നും

## സ്തുതിച്ചിടുന്നു നന്ദിയാൽ

നിത്യനാം പിതാവിനെ സ്തുതിച്ചിടുന്നു നന്ദിയാൽ
പുത്രനാം ഏശുവേ സ്തുതിച്ചിടുന്നു നന്ദിയാൽ
പാവനാത്മനും‌സ്തുതീമഹത്വമുന്നതങ്ങളിൽ
ശുദ്ധത്രീത്വമേ സ്തുതിച്ചിടുന്നു  നന്ദിയാലിവർ

നിന്റെ രൂപഭാവമോടെ  നീയമച്ച സൃഷ്ടി ഞാൻ
നിന്റെ ഗീതി പാടിടാതീജന്മമാരെ വാഴ്ത്തിടാൻ
എന്റെ ബുദ്ധിശക്തി നന്മതിന്മയൊക്കെയും വിഭോ
നിന്റെ ദാനമെന്നറിഞ്ഞു സ്തോത്രഗാനം പാടുന്നേൻ

ലോകനന്മലക്ഷ്യമാക്കിയുത്ഭവിച്ച രക്ഷകാ
നിന്റെ നാമമിന്നുമെന്നും ആദരിച്ചിടും ഭൂവിൽ
എന്റെ ശക്തിമന്ത്രമാണു നിൻ വചസ്സുകൾ ഗുരോ
സത്യമാർഗ്ഗദീപമേ നമിച്ചിടുന്നു നിൻപദം

നല്ലമാനസ്സർക്കു താതൻ  എകിടുന്നു നന്മകൾ
തന്റെ പാവനാത്മശക്തിയാൽ വരങ്ങളേകിടും
എന്റെ പ്രാണവായുവായ് നിറഞ്ഞുനിന്നെൻ  ജീവനെ
കാത്തിടുന്ന സത്യമേവണങ്ങിടുന്നു നന്ദിയാൽ

# പാടിടും ഞാൻ ഹല്ലേല്ലൂയാ

നിന്നെക്കുറിച്ചാണിന്നെന്റെ ഗാനം
നിന്നെക്കുറിച്ചാണിന്നെന്റെ സാക്ഷ്യം
കർത്താവീലോകത്തിൻ ശാന്തി മാർഗ്ഗം
ആ സ്നേഹമാണിന്നീ ഭൂവിൻ സാരം

പാടിടും ഞാൻ ഹല്ലേല്ലൂയാ
പാടിടും ഞാൻ ഹല്ലേല്ലൂയാ
വിണ്ടലനായകനേ സ്തുതി
ഭൂപരിപാലകനെ സ്തുതി

നീയല്ലോ രോഗിയ്ക്കു സൗഖ്യദായകൻ
നീയല്ലോ പാപിയ്ക്കു മുക്തിദായകൻ
നീ ബലഹീനർക്കു ശക്തിദായകൻ
നീയല്ലോ ദൈവത്തിൻ പുത്രനായവൻ
നിന്നെക്കൊണ്ടല്ലാതാരെന്തു പാടാൻ
നീയില്ലാതിങ്ങിന്നാരെന്തു നേടാൻ

നീയല്ലോ ത്യാഗത്തിൻ മുദ്രയായവൻ

നീയല്ലോ സ്നേഹത്തിൻ കാസയായവൻ

നീയാത്മ ജ്ഞാനത്തിൻ ഗ്രന്ഥമായവൻ

നീയെന്റെ മോദത്തിൻ ഹേതുവായവൻ

നിന്നെക്കൊണ്ടല്ലാതാരെന്തു പാടാൻ

നീയില്ലാതിങ്ങിന്നാരെന്തു നേടാൻ

## സ്വസ്തി സ്വസ്തി

സ്വർഗ്ഗീയ സൂനമേ കന്യാ മറിയമേ
വിനയത്തിൻ അതിരില്ലാ വാനമേ
വചനം മാംസമായ് തീർന്ന ശ്രീയേശുവിൻ
വ്യാകുല മാതാവേ -- സ്വസ്തി --- സ്വസ്തി ---
അമലമനോഹാരി നാഥേ ---

അമ്പരഗായകർ പാടിപുകഴ്ത്തിയ
തമ്പുരാനായൊരു നിൻ സുതനെ
ചുംബനമേകി ക്രൂശിച്ച നേരം
നൊമ്പരം കൊണ്ടു വലഞ്ഞവളേ
വെൺപനീർ പൂവിൻറെ നൈർമല്യമേറും
അംബികേ സഹനത്തിൻ കടലാണു നീ

സ്വസ്തി--- സ്വസ്തി---

നിന്തിരു മൗലിയിൽ ചൂടിച്ച നിൻ മകൻ
സുന്ദരമായൊരു പൊൻ മകുടം
വന്ദനം പാടി വാഴ്ത്തുന്നു ലോകം
സന്തതം നന്മ നിറഞ്ഞവളേ
സ്വന്തമായി തീർന്നിന്നു ചൈതന്യമേ നീ
സാന്ത്വനം ഹൃദയത്തിൽ ഉരുവാക്കണേ

## പിതാവേ അങ്ങെന്നെ കൈവിട്ടതെന്തേ

കാൽവരി മലയിലെ രോദനം കേൾക്കൂ
കരുണാമയനാം കർത്താവിൻറെ
കരൾ വിണ്ടുയരുന്ന രോദനം കേൾക്കൂ
ഏലി - ഏലി - ലാമാ സബക്താനീ

അന്ധനെ ലാളിച്ച സൗഖ്യമാക്കിയ
കൈകളിലന്നവർ വിലങ്ങുവച്ചു
താരുണ്യം വഴിയും പൂമുഖത്തല്ലോ
ദുഷ്ടതയന്നവർ ആഞ്ഞടിച്ചു
മനമെരിതീയതിൽ പിടയുമ്പോഴും
ആ സൗമ്യരൂപൻറെ തിരുവായ് മൊഴിഞ്ഞു

പിതാവേ - ഇവർ ചെയ്വതെന്തെന്ന്
ഇവരറിയുന്നില്ല ഇവരോട് നീ പൊറുക്കേണമേ

പൊൻമുടി ചൂടിച്ചു വാഴ്ത്തിപ്പാടേണ്ട
മൗലിയിലന്നു മുൾമുടി തറച്ചു
കാരുണ്യം ഒഴുകും ഹൃത്തടമല്ലോ
ദുഷ്ടയഹൂദരാൽ കാർന്നെടുത്തു
നിണമൊഴുകീ ഉടൽ വിറയും നേരം
ആ സ്നേഹനാഥൻ തൻ അധരം തുറന്നു

പിതാവേ എൻറെ പിതാവേ
അങ്ങെന്നെ കൈവിട്ടതെന്തേ ?

## അചഞ്ചല സ്നേഹം

ദൈവമേ ഞാൻ അപരാധിയായിരുന്നു
ജനകനും ജനനിയും  സഹജാതരും
ഉറ്റവരുടയോരും വെറുത്തിരുന്നു
എന്നിട്ടും നീയെന്നെ സ്നേഹിച്ചിരുന്നു
നീ മാത്രമെന്നോട് ക്ഷമിച്ചിരുന്നു

പാപമാം കഴുകൻറെ ചിറകുകളിൽ
അശാന്ത മരുഭൂവിലലയുന്ന നാൾ
അവർണ്ണ്യ നിൻ സ്നേഹ മഴചൊരിഞ്ഞു, ഞാൻ
മൃദു ശില പോലങ്ങിലലിഞ്ഞൊഴുകി

യേശുവാം അരിപ്രാവിൻ ചിറകേറി ഞാൻ
പ്രശാന്തി വിളഭൂവിലിറങ്ങിയ നാൾ
അവാച്യമാം ശാന്തി മനം നിറഞ്ഞു - ഞാൻ
അചഞ്ചല സ്നേഹത്തിൻ സുഖമറിഞ്ഞു

# രക്തക്കറകൾ

നൽ ഗുരുവേ നിൻറെ പൂമേനിനോവിച്ച
ചമ്മട്ടിയാണു ഞാനെൻ മഹേശാ
കശ്മല കയ്ക്കളിലള്ളിപ്പിടിച്ചന്നു
നിൻ രക്തമൂറ്റിക്കുടിച്ചവൻ ഞാൻ

എൻ ഹിതത്താലല്ല ഞാനതു ചെയ്തുപോയ്
സാത്താൻറെ പ്രേരണയാലെ ഗുരോ
ചേതനയറ്റിന്നു നിൻ സവിധത്തിലായ്
ആശ്രയിച്ചീടുന്നു നിൻ കൃപയ്ക്കായ്

മാപ്പു ലഭിക്കുവാൻ അർഹതയില്ലെങ്കിലും
അങ്ങേതായ് തീരുവാനാശിപ്പു ഞാൻ
എൻ മനസ്സിൽ വീണ രക്തക്കറകളെ
നീക്കി എന്നേ അങ്ങേ സ്വന്തമാക്കു

## വിണ്ണിലെ വയലേലകൾ

വിണ്ണിലെ വയലേലകൾ
വിളവേറി നിറഞ്ഞേ
പൊൻകതിരുകൾ കൊയ്തെടുക്കാൻ
വേലക്കാരെ പോരാ
യേശുവിളിപ്പൂ യേശുവിളിപ്പൂ
സന്മനസ്സുള്ളോർ വായോ വാ

മണ്ണിലേറ്റം ഭാഗ്യമുള്ളോരെ
സ്വർഗ്ഗരാജ്യം നിങ്ങൾക്കായി പകുത്തു തന്നീടാം
അലമുറയും നിലവിളിയും ഇല്ലാത്ത രാജ്യം
അളന്നെടുക്കാൻ തിരുസവിധെ അണിനിരന്നീടാം
യേശുവിളിപ്പൂ....

ഇന്നു പാരിൽ കേണിടുന്നോരെ
ദൈവപ്പാടെ നിങ്ങൾ നാളെ സുഗിച്ചു വാണീടാൻ
സുഖസമൃദ്ധി നിറനിറയും ആത്മാവിൻ നാട്ടിൽ
കതിരെടുക്കാൻ അറനിറയ്ക്കാൻ പണിയെടുത്തീടാൻ
യേശുവിളിപ്പൂ

ദൈവഭാഷ്യം കേട്ടിടുന്നോരെ

പാപഭാരം നിങ്ങൾക്കീശൻ ക്ഷെമിച്ചു തന്നീടും

അതിരുകളും അളവുകളും ഇല്ലാത്ത സ്നേഹം

കവർന്നെടുക്കാൻ തിരുവചനം വഴിതെളിച്ചീടും

യേശുവിളിപ്പൂ

# കാരുണ്യ വാരിധി

വറ്റാത്ത കാരുണ്യ വാരിധിയാം ദേവാ
ഇറ്റിറ്റു വീഴും മിഴിനീരുമായി
മുറ്റത്തു തൊഴുതു നിൽക്കുമീ തൂമലർ
ഞെട്ടറ്റു വീഴാതെ കാത്തീടണേ

താതാ നിൻ ചാരെനിന്നെങ്ങും ഞാൻ പോവില്ല
നാഥാ നിൻ സ്വന്തമായ് തീരുവോളം
പാഴ്ചെളിനീരിനെ വീഞ്ഞാക്കിമാറ്റിയ
പാവനാത്മാവേ തുണയ്ക്കുകെന്നെ

മിന്നല്പിണരുകൾ ഉള്ളു തകർത്താലും
തെന്നൽ കൊടുംകാറ്റായ് മാറിയാലും
നല്ലിടയനേശു കൂടെയുണ്ടെന്നാകിൽ
തെല്ലും എനിക്കില്ല പ്രാണഭീതി

നന്മയും തിന്മയും വേറിട്ടു കണ്ടുനിൻ
പിമ്പേ ഗമിക്കുവാൻ ശക്തി നൽകൂ
നന്മനിറഞ്ഞു സുഗന്ധിയായ് മാറുവാൻ
എന്മനോ നേത്രം തുറന്നു നൽകൂ

## നിമിഷം ധന്യമാം നിമിഷം

നിമിഷം ധന്യമാം നിമിഷം
സൃഷ്ടാവാം ദൈവം സൃഷ്ടികളിൽ നിന്നും
കാണിക്ക സ്വീകരിക്കും നിമിഷം
നരനിതു ശുഭമുഹൂർത്തം

മനുഷ്യാനിൻ മനസ്സെവിടെ
അതിനുള്ളിൽ ഇടമുണ്ടോ ചൊൽ
മലരല്ല വേണ്ടതു മധുവല്ല
പവിത്രമായൊരു ഹൃദയം
കരുണാർദ്രമായൊരു ഹൃദയം
സ്വീകാര്യമായ കാഴ്ചദ്രവ്യം

മനുഷ്യാ എൻ പ്രിയനല്ലേ നീ
മനസ്സിന്റെ ഗതിയെന്തിപ്പോൾ
ഹൃദയത്തിൽ വേണ്ടതു ശുദ്ധിയല്ലേ
അശുദ്ധമായവ കളയൂ
സ്നേഹാർദ്രമാക്കിയ മനസ്സും
ആത്മാർത്ഥമായി കാഴ്ചവയ്ക്കൂ

## ഇടയാ നല്ലിടയാ

ഇടയാ നല്ലിടയാ
എവിടേ നീ എവിടേ
അപരാധിയാണെങ്കിലും ഈ
കുഞ്ഞാട്ടു നിന്നെ വിളിപ്പൂ
നുറുങ്ങിയ ഹൃദയവുമായ്

ആത്മാന്തകാരത്താൽ നിൻ വഴിവിട്ടുഞാൻ
എവിടൊക്കെയോ അലഞ്ഞു
എന്തൊക്കെയോ തിരഞ്ഞു
പാഴ്ചെളിനീരിൽ ദുഃഖഗർത്തങ്ങളിൽ
വീണെന്റെ നെഞ്ചുതകർന്നു
ഈ മുൾപ്പടർപ്പിൽ നിന്ന് ഞാൻ
നിന്നെ വിളിച്ചിടുന്നു.... ഇടയാ

ആത്മാനുതാപത്താൽ ഈ മനം നൊന്തുഞാൻ

ദിനമെത്രയോ കരഞ്ഞു

എൻ രക്ഷയെ കരുതി

ഏഴെഴുപതു വട്ടം ക്ഷെമിക്കുന്ന നാഥാ

ഇന്നെന്റെ കണ്ണു തുറന്നു

ഇനി നിൻ വചസ്സിൻ വെളിച്ചം കണ്ടു ഞാൻ

ആ വഴി അനുഗമിക്കാം... ഇടയാ

## ഓ മേഘമേ

ഓ മേഘമേ വെൺ മേഘമേ
അലിഞ്ഞിറങ്ങൂ പടവുകളായ്
എൻ ജീവനാഥനു വഴിയൊരുക്കൂ
ഓ താരമേ പൊൻ താരമേ
അണിനിരക്കൂ കതിരൊളിയാൽ
എൻ പ്രാണ നാഥനു കുടയൊരുക്കൂ

ദയാലുവാം മഹേശ്വരാ
സർവ പ്രതാപിയായ് എഴുന്നള്ളണേ
അൾത്താരയിൽ ഈ ബലിവേദിയിൽ
ജീവപ്രമോദക പ്രഭചൊരിയൂ
സന്താപമെല്ലാം മറന്നിവരങ്ങേ
എതിരേൽക്കുവാനായ് കൊതിച്ചു നിൽപ്പൂ

കെരൂബുകൾ സാമോദം നീ
വിശ്വപ്രകാശമേ ഇറങ്ങിവരൂ
സക്രാരിയിൽ ഈ തിരുവോസ്തിയിൽ
ആത്മപ്രസാദമായ് കുടിയിരിക്കൂ
വെൺതാലമേന്തും മനസ്സുകൾ അങ്ങേ
സ്തുതിപാടി വാഴ്ത്താൻ ഒരുങ്ങിനില്പ്പൂ

............ഓ മേഘമേ

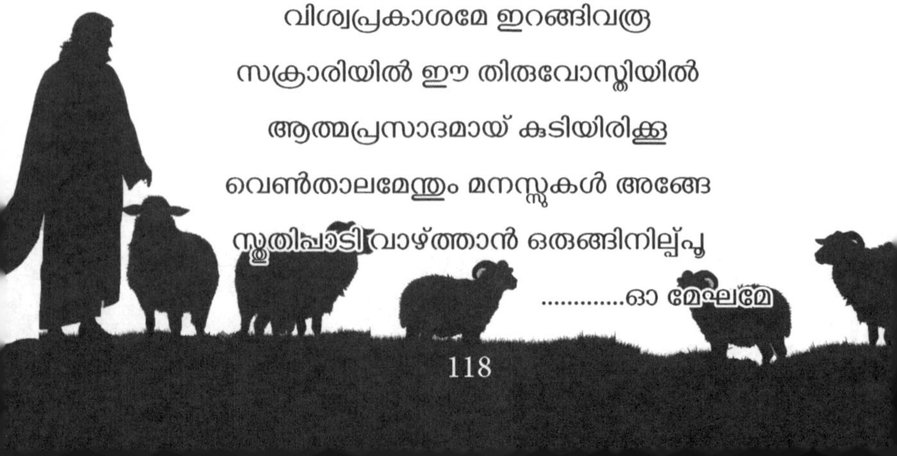

## ദൈവം സ്നേഹമാകുന്നു

ദൈവം സ്നേഹമാകുന്നു
സ്നേഹം ക്ഷമയാകുന്നു
ക്ഷമയോ സഹനമാകുന്നു
സഹനം ത്യാഗമാകുന്നു
ത്യാഗം വിശുദ്ധമാകുന്നു
വിശുദ്ധി സ്വർഗം നേരുന്നു

കരിമ്പാറ മെലിതു വളരില്ല
വിളഭൂമിയിൽ  നിറ കതിരണിയും
കൊടുങ്കാറ്റടിച്ചാലും ഇളംകാറ്റടിച്ചാലും
വിനയമോടിതു സ്വീകരിക്കും
സ്നേഹം എളിമയാകുന്നു

പൂമാനം പൊലിതു പടരുമ്പോൾ
നരന്നാഴിയിൽ സുഖ മധു നുണയാൻ
പക മാറ്റിവെയ്ക്കേണം മനം ശൂന്യമാക്കേണം
കനിവിൻ ദീപമായ് മാറിടേണം
സ്നേഹം കരുണയാകുന്നു

# പ്രത്യാശ

ഇന്നലെയാമലർ കൊഴിഞ്ഞുവീണു
നാളെയെന്നത് സങ്കല്പമുകുളം
വിടരാം വിടരാതിരിക്കാം അതു ദൈവഹിതം
ഇന്നിന്റെ അഴകും സുഗന്ധവും വെടിഞ്ഞുനീ
നാളെയെ ഓർത്തിന്നു കേഴരുതെ

പറവയെ നോക്കൂ ലതകളെ നോക്കൂ
ഇന്നിനെ ആസ്വദിച്ചു വാഴുന്നവ
ആശങ്കയില്ലാതെ കല്പനകൾ കാത്തും
ശിൽപിക്കു സ്തുതിചൊല്ലി ഉല്ലസിപ്പൂ
ദുഃഖങ്ങളെന്തെന്നറിയാത്തവർ

മർത്യന്റെ മോഹവും മോഹഭംഗങ്ങളും
സുന്ദരമാം മുഖം വികൃതമാക്കും
ഇന്നത്തെ ദുഃഖങ്ങൾ ഇന്നേക്ക് ധാരാളം
അന്നന്ന് വേണ്ടതു ദൈവം തരും
പ്രത്യാശയോടുനീ കാത്തിരിക്കൂ

# ഹൃദയ വനികയിൽ

ഹൃദയ വനികയിൽ വിരിയും ഒരു കോടി
കൃതജ്ഞതാ മലർഹാരവും
കർമ്മ തരുവിൽ വിളഞ്ഞ കനികളും
കാഴ്ചവച്ചിടുമ്പോൾ നാഥാ മനസ്സു തുടിക്കുന്നു
എന്റെ മിഴികൾ നനയുന്നു

നിത്യ ജീവനു വിരുന്നൊരുക്കി ജനതയെ ക്ഷണിച്ചു
സ്വന്ത രക്തവും മാംസവും നീ ഭോജനമായ് വിളമ്പി
പാപിയെങ്കിലും ഉള്ളതെല്ലാം കാഴ്ചവച്ചിടാം
ഈ വിരുന്നിൽ എന്നെയും നീ പങ്കു ചേർക്കേണം

എന്റെ ദുർബല മനസ്സിതിൽ ഞാൻ  കരുണയാൽ നിറച്ചും
അന്യരോടുമെൻ സാഹചരോടും രമ്യതയുമായ് വരുമ്പോൾ
നീട്ടിടുന്നൊരു കൊച്ചുദ്രവ്യം സ്വീകരിക്കേണേ
ഈ വിരുന്നിൽ എന്നെയും നീ പങ്കുചേർക്കേണം

## സ്തുതിഗീതം

നിത്യനാമെൻ ദൈവമേ
ശക്തമാമെൻ കോട്ട നീ
തപ്തമാനസ്സൻ വിളിപ്പൂ
ഭക്തവത്സലാ വരൂ നീ സ്തുതിഗീതം

ദുഖത്തിൻ ചുഴലികൾ ആഞ്ഞടിച്ചാലും
ദുരിതങ്ങൾ നിഴൽപോലെ പിന്തുടർന്നാലും
ഇളകില്ലെൻ വിശ്വാസ സ്തൂപം
ഈ നാവിൽ സ്തുതിഗീതം മാത്രമുയരും

ഞാനെന്റെ ഹൃദയത്തിൽ ചേർന്നണച്ചീടാം
വചനങ്ങൾ നിധിയായി കണ്ടറിഞ്ഞീടാം
വരികില്ലേ ആനന്ദ രൂപാ
കാർമേഘ മറനീക്കി നീ വരികില്ലേ

## ദൈവമേ അഖിലേശ്വരാ

ദൈവമേ അഖിലേശ്വരാ
പാവനമാം സ്നേഹമെനിൻ
ആരാധ്യനാമം വന്ദിച്ചു പാട്ടുമീ
സംഗീർത്തനം കേൾക്കേണമേ
അന്ധകാരങ്ങളെ ദൂരീകരിക്കാൻ
സന്തതം വാരൊളി തൂകേണമേ

നീയല്ലോ പാരിനും നാഥൻ
ദീനദയാലുവാം രാജൻ
പ്രാണ വായുവായ് പ്രാണിയിലും
പ്രീണ മാനസ്സനായ് വസിപ്പോൻ

അന്നന്നു വേണ്ടുന്ന ഭോജ്യം
തന്നെന്നും പാലിക്കും താതാ
നന്നിയോടിതാ വാഴ്ത്തിടുന്നു
ആത്മരൂപനെ വാഴ്ത്തിടുന്നു

# ദിവ്യനാഥൻ

കയ്യെത്തും ദൂരത്ത് കർത്താവ് നിൽക്കുമ്പോൾ
അന്ധരായ് അലയുന്നതെന്തേ
സ്നേഹം തേടി ധ്രുവങ്ങൾ തോറും
നെട്ടോട്ടമോടുന്നതെന്തേ
നൈരാശ്യബോധമിതെന്തേ

വചനം കേട്ടുനിൻ ഉൾക്കൺ തുറയട്ടെ
ആത്മദാഹത്തോടെ കേണിട്ടുവിൻ
കണ്ടെത്തും നീ കണ്ടെത്തും നീ
അന്വേഷിച്ചോടുന്ന രൂപം
അനശ്വരമാം ദൈവസ്നേഹം

അവൻ നിൻ നാഥനായ് മുമ്പേ നയിക്കുമ്പോൾ
ജീവദുഃഖങ്ങളിൽ വീഴുകില്ല
വിശ്വസിപ്പിൻ പിൻചെല്ലുനീ
ആശ്വാസമേറിട്ടും താതൻ
അനുപമനീ ദിവ്യനാഥൻ

# ദൈവരാജ്യം

ഇന്നു ജീവസ്പന്ദനം നിലച്ചുപോയാൽ

ചന്തമുള്ള രൂപവും പൊന്നണിഞ്ഞ ദേഹവും

വാരിവച്ച സമ്പത്തും പൊടിയായ് മാറും

കാലമത്രയും ആത്മാവിനായ് എന്തു സംഭരിച്ചു നീ

ദൈവസമക്ഷം എന്തു കാഴ്ചവയ്ക്കും

നരനെത്ര ദുഷിച്ചാലും കനകത്തിൻ കനത്താലെ

പൂഴിയിൽ നേടിടാം എന്തുമേതും

സ്വർഗ്ഗവാതിൽ തുറക്കാൻ നീ സ്വർണ്ണതാക്കോൽ പണിയേണ്ട

കറയില്ലാത്തത്മാവിൻ പ്രഭയാലഴിഞ്ഞീടും

വിൺ കവാട ബന്ധനങ്ങൾ -സർവ

സമ്പന്നമീ ദൈവരാജ്യം

ഭൂവിലെത്ര രസിച്ചാലും മരണത്തിൻ വരവാലേ

തീരുമീ കേവല ബന്ധമെല്ലാം

നിത്യകാലം സുഖിക്കാനായ് നിന്റെയാതമമൊരുക്കേണം

പകയില്ലാത്ത ദൈവം കൃപയാൽ അകറ്റിടും

നിന്റെയാത്മ നൊമ്പരങ്ങൾ -സർവം

ക്ഷമിക്കുന്നതീ ദൈവസ്നേഹം

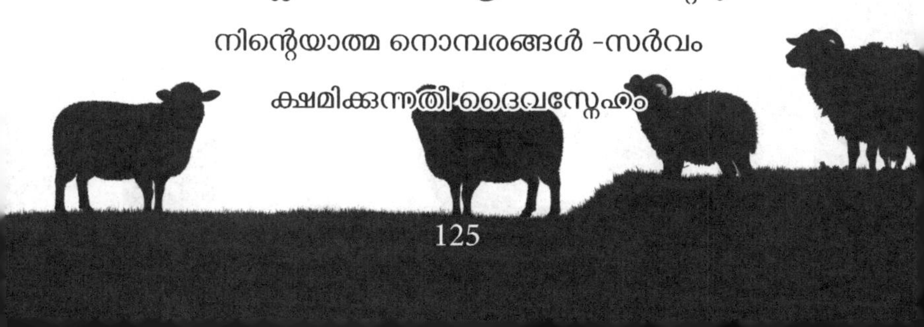

## സ്വർഗീയനാമെൻ പിതാവേ

സ്വർഗീയനാമെൻ പിതാവേ
അഞ്ചപ്പവും രണ്ടു മീനും കൊണ്ട്
അയ്യായിരം ജന സഞ്ചയത്തിൽ
വിശപ്പൊട്ടുക്കിയ വല്ലഭനെ
നമിച്ചിടുന്നു പുകഴ്ത്തിടുന്നു

ഇന്നെന്റെ വിയർപ്പിന്റെ ഫലമായൊരപ്പം
തിരുമിന്നിലർപ്പിച്ചു കുമ്പിടുന്നു
തവവചസ്സിൻ ആശിസ്സാലിതു
സംതൃപ്ത ഭോജനമാക്കണമേ
താഴ്മയോടിവർ കേഴുന്നു

ഇന്നത്തെ ഫലത്തിനായ് ഒരു നൂറു നന്ദി
ഹൃദയത്തിൽ നിന്നേറ്റു ചൊല്ലിടുന്നു
തിരുമനസ്സിൻ പ്രീതി പോലങ്ങു
നാളത്തെ ഭോജ്യവുമേകണമേ
ആശയോടിവർ യാചിപ്പൂ

# അന്ത്യയാത്ര

ആശിക്കാതെ ചോദിക്കാതെ

നീ കനിഞ്ഞേകിയ ജീവിതം

തിരുഹിതം പോൽ തിരിച്ചെടുത്തീടുകിൽ

മഹിയിതിലാർക്കുള്ളു പരിഭവം

വിളിച്ച താതൻ പേരുചൊല്ലി

തനിച്ചു ഞാനും യാത്രയായ്

ഒരല്പമാത്രപോലും

തരിച്ചുനിൽക്കാനില്ല

മടക്കമില്ലിനിയും പ്രിയസോദരെ

മുടക്കരുതീ സ്മരണാർച്ചന

വസിച്ചു ഞാനീ ഭൂമിയിൽ

ദുഷിച്ചു പോയെന്നാത്മാവും

വിശുദ്ധമായതൊന്നും

തിരിച്ചു നല്കാനില്ല

വലിച്ചെറിയരുതേ നരകാഗ്നിയിൽ

പൊറുക്കണമേ അപരാധങ്ങൾ

## മാർട്ടിൻ ജോർജ്

1953 ൽ കൊച്ചിയിൽ ജനിച്ച് വളർന്ന മാർട്ടിൻ ജോർജ് ജീവിതത്തെ അത്യധികം സ്നേഹിച്ച ഒരു എഴുത്തുകാരനായിരുന്നു. 1980 കളിൽ സംഗീതവും സിനിമയും പുതിയ സാങ്കേതിക വിദ്യകളുമെല്ലാം ഉയർന്നുവന്ന കാലഘട്ടത്തിൽ അദ്ദേഹം വിവിധ മാസികകളിൽ അനവധി കഥകളും ചെറുകഥകളും ഗാനങ്ങളും സംഭാവന ചെയ്തിരുന്നു. അദ്ദേഹത്തിന്റെ സൃഷ്ടിയെ കുറിച്ചുള്ള ലേഖനങ്ങൾ 'മലയാള മനോരമ' ഉൾപ്പെടെയുള്ള പ്രശസ്ത പത്രങ്ങളിൽ പ്രസിദ്ധീകരിച്ചിരുന്നു. സംഗീതവും എഴുത്തുമായിരുന്നു അദ്ദേഹത്തിന്റെ ആത്മാവ് എങ്കിലും അദ്ദേഹം എറണാകുളത്തെ പ്രശസ്തമായ ഒരു റെസിഡെൻസിയിൽ മാനേജരായി പ്രൊഫഷണൽ ജീവിതം നയിച്ചു. തന്റെ കഴിവുകളെയും തൊഴിൽ -കുടുംബ ഉത്തരവാദിത്വങ്ങളെയും സമതുലിതമായി പരിപാലിച്ച ജീവിതമായിരുന്നു അത്. 2020 ൽ അദ്ദേഹം അന്തരിച്ചു. എങ്കിലും ഒരു സൃഷ്ടി എന്നും തന്റെ വരികളിലൂടെ ജീവിച്ചുകൊണ്ടേയിരിക്കും. ആത്മാവിനെ മുന്നോട്ട് നയിക്കാൻ സാധിക്കുന്ന എന്തോ ഒന്ന് നമ്മുടെ കഴിവുകൾക്കുണ്ട്. അത് വരും തലമുറകളെയും മുന്നോട്ട് നയിച്ചുകൊണ്ടേയിരിക്കും. ചിന്തകളിലൂടെയും, എഴുത്തിലൂടെയും സംഗീതത്തിലൂടെയുമെല്ലാം.

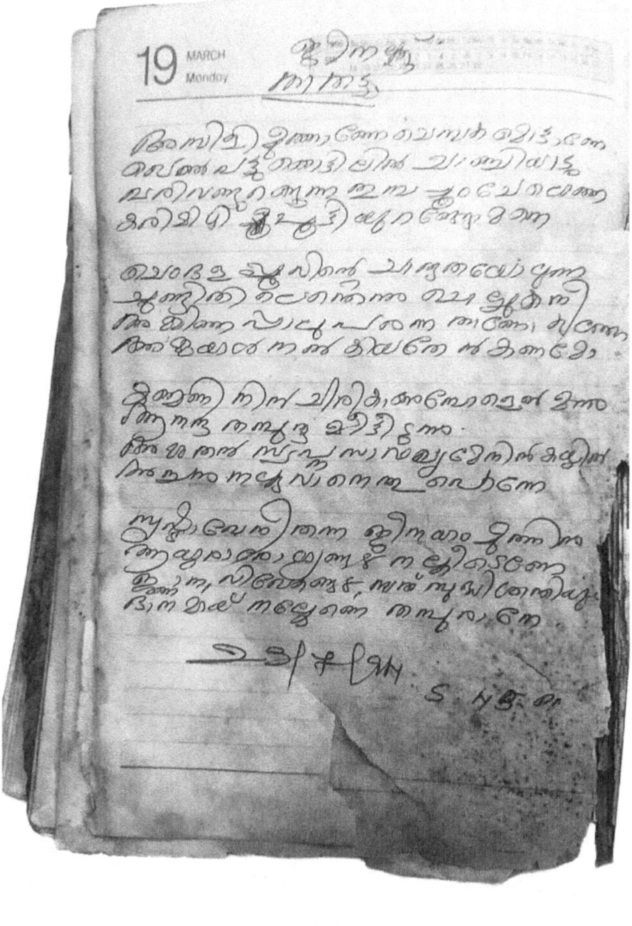
19 MARCH
Monday

# 'സ്നേഹ സങ്കീർത്തനം' പ്രകാശനം ചെയ്തു

കൊച്ചി: കൊച്ചിൻ ഓസ്കാറിൻെറ ആദ്യത്തെ ഭക്തിഗാന കാസറ്റ് 'സ്നേഹ സങ്കീർത്തനം' സദ്‌വാർത്ത മാനേജിംഗ് എഡിറ്റർ ഫാദർ തോമസ് പറത്തറ, മത്യൂ എൽ.മെയിന് കാസറ്റ് നൽകിക്കൊണ്ട് പ്രകാശനം നിർവഹിച്ചു.

ആലാപ് സ്റ്റുഡിയോയിൽ റെക്കോർഡ് ചെയ്ത സ്നേഹസങ്കീർത്തനത്തിൻെറ ഗായകർ മർക്കോസും രാധികാ തിലകുമാണ്. മാർട്ടിൻ ജോർജ് ഒന്നപ്പള്ളി രചനയും, ഹെക്ടർ ലൂയിസ് സംഗീത സംവിധാനവും നിർവഹിച്ചു. കാസറ്റിൻെറ നിർമാതാവ് കൊച്ചിൻ ഓസ്കാറിൻെറ ബേബി പെട്ടയാണ്.

ലളിതമായ വാക്കുകളും അനുപമമായ സംഗീതവും കൊണ്ട് സുരഭിലമായ ക്രിസ്തീയ ഭക്തി ഗാനങ്ങളാണ് 'സ്നേഹസങ്കീർത്തനത്തി'ലുള്ളത്. മിമിക്സ് പരേഡുകളിൽ നിന്നും പാരഡിഗാനങ്ങളിൽ നിന്നും വ്യത്യസ്തമായി കൊച്ചിൻ ഓസ്കാർ ഒരുക്കുന്ന പുതിയ സംരംഭമാണിത്.

'സ്നേഹ സങ്കീർത്തനം' കാസറ്റിൻെറ പ്രകാശനകർമം സദ്‌വാർത്ത മാനേജിംഗ് എഡിറ്റർ ഫാ. തോമസ് പറത്തറ നിർവഹിക്കുന്നു

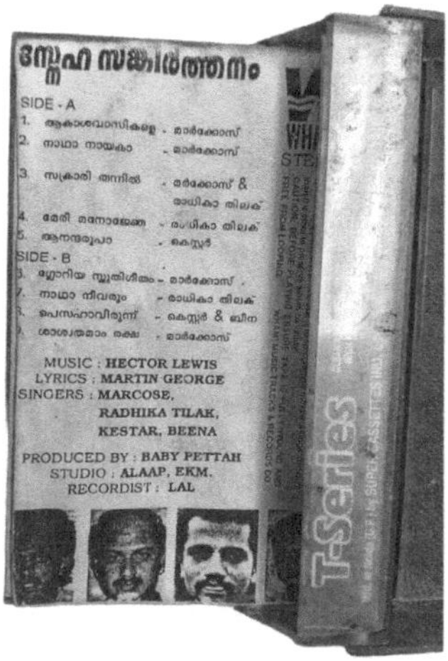
സ്നേഹ സങ്കീർത്തനം
SIDE - A
SIDE - B
MUSIC : HECTOR LEWIS
LYRICS : MARTIN GEORGE
SINGERS : MARCOSE,
RADHIKA TILAK,
KESTAR, BEENA
PRODUCED BY : BABY PETTAH
STUDIO : ALAAP, EKM.
RECORDIST : LAL
T-Series

WHAM
STEREO
MUSIC : HECTOR LEWIS
LYRICS : MARTIN GEORGE
SINGERS : MARCOSE,
RADHIKA TILAK,
KESTAR, BEENA
PRODUCED BY : BABY PETTAH
RECORDIST : LAL
സ്നേഹ സങ്കീർത്തനം
CHRISTIAN DEVOTIONAL SONGS

9 789349 383661

Printed at Repro India Ltd.